स्वामी विवेकानंद

स्वामी विवेकानंद

नेतृत्व आणि यशप्राप्तीसाठी अध्यात्म

प्रणय

अनुवाद : प्रसन्न पेठे

MANJUL

मंजुल पब्लिशिंग हाउस

First published in India by

MANJUL

Manjul Publishing House

Corporate and Editorial Office

• 2nd Floor, Usha Preet Complex, 42 Malviya Nagar,
Bhopal 462 003 – India

Sales and Marketing Office

•C-16, Sector 3, Noida, Uttar Pradesh 201301, India
Website: www.manjulindia.com

Distribution Centres

Ahmedabad, Bengaluru, Bhopal, Kolkata, Chennai,
Hyderabad, Mumbai, New Delhi, Pune

Marathi translation of *Vivekananda*:
Spirituality For Leadership & Success by Pranay

This Marathi edition first published in 2024

ISBN: 978-93-5543-834-8

Marathi translation: Prasanna Pethe

Printed and bound in India by Thomson Press (India) Ltd.

प्रस्तावना

स्वामी विवेकानंदांनी प्राचीन आणि आधुनिक, तसंच पौर्वात्य आणि पाश्चिमात्य यांत सुरेख सेतू बांधला. ते स्वतः एक आध्यात्मिक योद्धे होते. आपल्या अल्पायुष्यात मानवी जाणिवांच्या उत्थानासाठी हिंदू आणि भारतीय ज्ञानाचं सार त्यांनी शब्दबद्ध करून लोकांसमोर आणलं. त्यांचे विविध संवाद, भाषणे, लेखन व आयुष्यातील विविध प्रसंग यांतून आपल्याला मानवी उत्कृष्टते संदर्भातील कित्येक महत्त्वाच्या गुपितांविषयीचं आंतरिक ज्ञान मिळतं आणि विशेष म्हणजे आजच्या जागतिकीकरणाच्या जगात, हे त्यांनी तेव्हाच जाणलं होतं आणि त्याची कल्पना केली होती. त्यांनी ज्या नेतृत्वगुणांचा आणि यशप्राप्तीचा पाठपुरावा केला, ती मूल्ये या पुस्तकात तुम्हाला मिळतील. ती या पुस्तकात अगदी सहजसोप्या, अंतर्ज्ञान देणाऱ्या प्रकारात मांडली आहेत. ही मूल्ये आजही आणि भविष्यासाठीही उपयुक्त ठरतील.

स्वामी विवेकानंद कायम आघाडीवर उभे राहूनच लढले. उदाहरणार्थ, १९९८ साली प्लेगच्या भयानक साथीनं भारतात धुमाकूळ घातला होता. सबंध भारत भयछायेत होता. तेव्हा स्वामीजींनी स्वतः पुढे येत मदतीसाठी साहाय्य केलं होतं. प्लेगसारख्या भयंकर साथीच्या रोगाला पराभूत करण्यासाठी प्रत्येक टप्प्यावर आपल्याला काय काय करता येण शक्य आहे, याचं प्रत्येक टप्प्यावरच्या सूचनांचं 'प्लेग मॅनिफेस्टो' हे पुस्तक त्यांनी लिहिलं. ते स्वतः पुढे होऊन सर्वांना मदत करत आणि कठीण समस्यांचे निराकरण करत होते. त्यामुळे उत्तम नेतृत्वशैली आणि खऱ्या यशासाठी ते स्वतः आदर्श नेते ठरतात. 'बोले तैसा चाले' याचं स्वयंप्रकाशित उदाहरणच!

–प्रणय

अनुक्रमणिका

प्रकरण पहिले

एखाद्या विचारधारेने सीमित होऊन जाऊ नका

धडा : *जगातली थोर मंडळी ही जीवनाकडे बघण्याच्या दृष्टिकोनाबाबतीत चौफेर सार्वत्रिक दृष्टिकोन ठेवतात. जीवनाकडे आणि नेतृत्वाकडे ती विस्तृत आणि सर्वंकष नजरेने बघतात. ती मंडळी कधीही एखाद्या विचारधारेने स्वतःला सीमित करत नाहीत. कारण मन-देह-आत्मा या पातळ्यांवर कुठलीच विचारधारा संपूर्णपणे न्याय देऊ शकत नसते. परंतु, सर्वंकष विचारांना सामावणारं अत्यंत विस्तृत दृष्टिकोन असणारं असं विचारी अभ्यासू नेतृत्व कोण? असा विचार केला तर स्वामी विवेकानंद हे निश्चितच सर्वोत्तम नेता म्हणून डोळ्यांसमोर येतात. त्यांनी दिलेला संदेश होता तो आपल्या विचारधारेच्या आणि संप्रदायाच्याही पलीकडे जाऊन आपली क्षितिजे विस्तारण्याचा! त्यांच्या जवळ कुठलंही राजसत्तेचं किंवा इतर शक्तिस्थान नसूनसुद्धा त्यांना जगभरात एक आदर्श आणि मानाच्या नेतृत्वाचं स्थान मिळालेलं आहे. ज्या नेत्यांना विधायक कार्य करायचं असेल, त्यांनी आणि ज्यांना आयुष्यात कुठल्याही क्षेत्रात भव्य यश कमवायचं असेल अशांनी विवेकानंदांची विस्तृत दृष्टी*

स्वीकारायला हवी. जगासाठी एक सुंदर भविष्य देण्याबाबतीत त्यांना त्यामुळे निश्चितच कळीची भूमिका निभावता येईल. विवेकानंद हे एकमेवाद्वितीय ठरतात ते केवळ आपल्याला आपल्या सीमा आणि ठाम मतांच्या पल्याड घेऊन जातात, म्हणून नव्हे; तर त्यांनी आपल्या समोर स्वतःच्या वागणुकीतून, आचरणातूनही एक प्रकाशमान मार्ग दाखवलेला आहे म्हणूनही! (जो आपण प्रस्तावनेमध्ये त्यांच्या १८९८ सालच्या प्लेगच्या साथीतल्या कार्यामधून समजून घेतलेला आहे) म्हणून कठीण समयी आव्हानं उभी ठाकलेली असताना संकट आणि आणीबाणीसदृश परिस्थिती असताना आपण विवेकानंदाचा संदेश शिरसावंद्य मानून मार्गक्रमण करायला हवं.

जमशेदजी टाटा, जॉन डी. रॉकफेलर, एमा काव्ह, सारा बेर्नहार्ड्ट आणि जगातल्या अशा अनेक महान द्रष्ट्या मंडळींना, उद्योजकांना आणि तेजस्वी मंडळींना स्वामी विवेकानंदांची शिकवण भुरळ पाडून गेली. याचं महत्त्वाचं कारण म्हणजे ते कायमच लोकांना सांगत आले, की त्यांची पद्धत ही कोणत्याही एका विशिष्ट विचारधारेशी किंवा विशिष्ट श्रद्धेशी बांधील नाही म्हणून किंबहुना विवेकानंद स्वतः सांगत असत, की तुम्हाला जर यशस्वी जीवन जगायचं असेल आणि आत्मसाक्षात्काराचा अनुभव हवा असेल तर तुम्हाला कुठल्याही विचारधारेपासून स्वतःला मुक्त करण्यासाठी आणि सर्वच मानवनिर्मित विचारधारा मागे सोडण्यासाठी वेदान्त उपयोगी पडेल. विचारधारा महत्त्वाची नसून, अनुभव महत्त्वाचा!

अशा प्रकारची ही शिकवण मोठमोठे वैज्ञानिक- जसे की निकोला टेस्ला यांना विवेकानंदांजवळ ओढून घेऊन गेली. आपल्या वृत्तीमधला मोकळेपणा आणि खुलेपणा हा फार महत्त्वाची भूमिका बजावतो. अशा वेळी, आजच्या या वेगाने बदलणाऱ्या युगामध्ये खऱ्या यशासाठी आणि चांगल्या नेतृत्वासाठी महत्त्वाचा धडा कोणता असेल, तर तो हाच की आपल्याच विचारधारांना चिकटून घट्ट राहणाऱ्यांना सोडून मोकळ्या, खुल्या आणि विशालदृष्टी वृत्ती बाळगणाऱ्यांकडे चला! यामुळे गतिशील नेतृत्वाचा

नवोन्मेष, विस्तृत संवादक्षमता आणि स्फूर्तीची निर्मिती तर होतेच; शिवाय आसपासच्या मंडळींमध्ये आपल्याबद्दल विश्वास निर्माण होतो.

भले विवेकानंदाचा अवतार हा एखाद्या हिंदू संन्याशाचा का असेना, परंतु त्यांची खरी महान कामगिरी होती, ती धर्मानं आणि समाजातल्या रूढींनी घालून दिलेल्या बंधनाच्या आणि विचारसरणीच्या पल्याड जाण्यात. आपण व्यक्तिगतरीत्या कोणती पद्धती वापरतो किंवा कोणतं तंत्र अनुकरणीय ठरवतो, त्यापेक्षा पुढे जात सर्वच अस्तित्वाला खुल्या दिलानं स्वीकारणं हे त्यांनी करून दाखवलं. कारण, खरं पाहता कुठलीही पद्धती किंवा तंत्र आपल्याला जाणिवेच्या सर्वोच्च विशुद्धतेकडे आणून सोडत नाही. ते सर्वांत महत्त्वाचं! तुम्हाला सत्याकडून दूर भरकटवणं आणि तुम्हाला उगाचच अनेकानेक विचारधारांच्या ओझ्याखाली वाकून जाणं त्यात नसतं. त्यामुळे मानवाच्या स्वातंत्र्यासाठीचा मुख्य मुद्दा हा की, तुम्ही कुठल्याही विचारसरणीत न अडकता मानसिकदृष्ट्या आणि भावनिकदृष्ट्या स्वतंत्र असणं. ते आपल्या मनाच्या वर्णपटाला विशिष्ट विचारसरणीने भारून टाकतं आणि त्यामुळे ते आपल्या व्यक्तिमत्त्वाचा विकास रोखू शकतं आणि जगभरच्या धार्मिक आणि राजकीय संघर्षाचे मूलभूत कारण असतं. जो तो आपल्याच विचारसरणीला चिकटून असतो आणि कुणीही दुसऱ्याचा सहानुभूतिपूर्ण विचार करत नसतो. आणि म्हणून प्रत्यक्षामध्ये अस्तित्व हे अनेक भीतींमधून समजून घ्यावं लागतं. आणि विवेकानंदाचे मुख्य योगदान नेमकं तिथेच आहे. ते कायमच पूर्व आणि पश्चिमेला जोडणारा दुवा म्हणून ओळखले गेले. वेगवेगळ्या विचारधारांच्या प्रवाहाला जोडणारा दुवा म्हणूनही त्यांचे स्थान आहे. त्यामुळे त्यांच्याकडे केवळ एका विशिष्ट धर्माचा प्रसार करणारे प्रचारक म्हणून बघता येत नाही.

या ठिकाणी एक महत्त्वाचं लक्षात घेण्यासारखं हे म्हणजे केवळ आपला हेतू चांगला असणं हे आपल्याला उन्नत किंवा उत्क्रांत माणूस बनण्यासाठी पुरेसं नसतं. कधीकधी 'चांगला हेतू'चा अर्थ आपण एखादी विशिष्ट विचारसरणी पाळतो– असा होऊ शकतो. पण त्याने होतं काय, की एक अगदी घिसीपिटी आणि मरणकळा लागलेली अध्यात्माची वाट चोखाळणं होतं आणि परंपरावादी किंवा रुढिप्रियता निर्माण होते. त्याने एक माणूस म्हणून आपल्याला मर्यादा येतात आणि एकदा का अशा मर्यादा आल्या, की मग आपली सर्जनशीलता, कळकळ, उत्साह आणि पुढाकार घेण्याची वृत्ती संपते. आपण आत्ममग्न राहतो.

म्हणून माणसाची भविष्यातली प्रगती ही आध्यात्मिक आणि बौद्धिक विचारांनी व्हायला हवी. जेणेकरून त्याला विशिष्ट विचारधारेच्या पल्याड जाणं शक्य होईल. असं केल्यानेच काही सर्जन घडू शकेल. अन्यथा, लोक जुन्याच पारंपरिक धारेमध्ये अडकून राहतात. हे युग नवोन्मेषाचं, संशोधनाचं आहे. आणि विवेकानंदांच्या कल्पना आजच्या युगाशी सुसंगत आहेत. विवेकानंदांनी आपलं आयुष्य लोकांना पारंपरिक चौकटीतून बाहेर येण्यासाठी जुनाट विचार तोडून नवे विचार आत्मसात करण्यासाठी व्यतीत केलं. जपानला जहाजामधून जात असताना भेटलेल्या जमशेदजी टाटा यांना त्यांनी तसंच प्रभावित केलं होतं. आणि विवेकानंदांशी झालेल्या प्रदीर्घ चर्चेमुळेच जमशेदजी टाटा यांनी आधुनिक कारखानदारीकडे लक्ष वळवत जमशेदपूर येथे TISCO हा अत्याधुनिक कारखाना तर उभारलाच, शिवाय त्याचबरोबर बंगलोरला 'इंडियन इन्स्टिटयूट ऑफ सायन्स' उभारली. जी पूर्वेकडच्या देशांमधली एक अग्रेसर विज्ञान संशोधन संस्था म्हणून मान्यता पावली. पश्चिमेतही तसंच घडलं. तिथे अमेरिकेमध्ये परोपकारी आणि धर्मादाय काम करण्याची जॉन डी. रॉकफेलरनी जी परंपरा सुरू केली त्यामागे विवेकानंदांकडून घेतलेली स्फूर्तीच कारणीभूत होती. असं म्हटलं जातं की स्वामीजींना भेटल्यावर आणि त्यांच्याशी तासन्तास प्रदीर्घ चर्चा केल्यानंतर जॉन डी. रॉकफेलर यांच्या विचारांत आमूलाग्र बदल घडला आणि संपत्ती मिळवण्याचा, संपत्ती निर्माण करण्यामागच्या हेतूबद्दलही मतपरिवर्तन झालं. आणि मग रॉकफेलर यांचा आदर्श डोळ्यांसमोर ठेवत पुढे वॉरेन बफे आणि बिल गेट्स यांनीसुद्धा मानवतेच्या भल्यासाठी आणि लोककल्याणासाठी अत्यंत उदारपणे मिळवलेल्या संपत्तीमधला मोठा वाटा दान करायला सुरुवात केली. त्यामागचा विचार आणि समजूत हीच आहे की तुम्ही कमावलेली प्रचंड संपत्ती ही केवळ तुमच्या जवळच्यांसाठी राखून ठेवण्यातच शहाणपण नाही, तुम्ही ही मानसिक भिंत तोडायला हवी. हा संकुचित विचार सोडून मानवतेच्या कल्याणासाठी त्याचा योग्य वापर करायला हवा.

तुम्हाला यावरून समजेल की, विवेकानंदाचे विचार आणि शिकवण सर्वदूर पसरलेली आणि व्यापक होती ते! आणि ते घडलं, कारण अनेक थोर मंडळी हे जाणू शकली की विवेकानंदांचे विचार एका विशिष्ट धर्मापलीकडे जाणारे आणि विशिष्ट वैज्ञानिक समजुतीच्या पलीकडे जाणारे होते. आणि म्हणूनच निकोला टेस्लांसारखा अत्यंत प्रखर बुद्धिमान

शास्त्रज्ञसुद्धा विवेकानंदांच्या विचारांनी प्रभावित झाला होता. आपण असं म्हणू शकतो, की विसाव्या शतकाच्या सुरुवातीला अल्बर्ट आइन्स्टाईनच्या सापेक्षतावादाच्या सिद्धान्तापासून सुरू झालेल्या अणुयुगाचे विवेकानंद हे जणू रक्षक म्हणून काम करत होते. किंबहुना, विवेकानंदांनी प्राचीन तत्त्वज्ञानाविषयी आणि विचारांविषयी भरपूर लिहून ठेवलं आहे, की कसं त्यामधून हे प्रतिपादित केले गेलंय की सृष्टीतल्या सर्वच गोष्टींमध्ये अणुशक्ती भरून राहिली आहे ते! अर्थात गूढवादाच्या तत्त्वानुसार या भौतिक ऊर्जेच्या पल्याड त्या वैश्विक पूर्णत्वाची आध्यात्मिक जाणीव (जागृत मनाची शक्ती) भरून राहिली आहे.

परंतु, एका बाजूला हे सर्व असताना आपल्याला गरज आहे ती आपल्या विशिष्ट विचारधारेत केंद्रीभूत राहण्यातून बाहेर पडून पुढे जाण्याची. तेव्हाच आपण अनुकंपेने जगाकडे बघू शकू. त्यामुळे दूरदृष्टीचे भविष्यातले नेते तेच असतील- जे कुठल्याही एका विशिष्ट विचारधारेपेक्षा जास्त व्यापक दृष्टिकोन ठेवून लोकांची एकजूट घडवू शकतील. आधुनिक जगातलं उदाहरण बघायचं असेल तर टेस्ला आणि स्पेस एक्सच्या एलॉन मस्ककडे बघता येईल. तो कुठल्याही एकाच विचारधारेला बांधील आहे असं दिसत नाही. त्यामुळे लोकांचा त्याच्याकडे बघण्याचा दृष्टिकोन हा एक अतिशय 'सकारात्मक नेता' असाच आहे. किंबहुना सिलिकॉन व्हॅलीमध्ये तर सर्रास म्हटलं जातं, ''एॅलॉनसारखं वागा/राहा'' कारण जे लोक विचारांच्या मर्यादा आणि विचारसरणीची संकुचित वृत्ती उल्लंघून पुढे जातात, असेच लोक सकारात्मक ऊर्जा ठासून भरलेले स्रोत असतात. ते इतरांनाही उत्साही बनवतात आणि एका उत्तम नेत्यासाठी हे जरुरी असतं, की तो इतरांना बौद्धिक-भावनिक पातळीवर उत्साही बनवेल आणि त्यांच्या कल्पनाशक्तीला जोरदार चालना देईल.

म्हणून आपल्या आयुष्यात खोली गाठताना आणि आपल्या क्षमतेचीही खोली गाठताना हे अत्यंत महत्त्वाचं ठरतं की मानवनिर्मित विचारधारांच्या आणि विचाररचनांच्याही पल्याड असणाऱ्या जागेमध्ये आपण आपली ऊर्जा एकवटायला हवी. इतर कुणी काय बोलतात त्यावर विचार करण्यात आपलं मन गुंतवू नका, आपल्या स्वतःमध्ये शांतपणे हरवून जा, मग तुमचं तुम्हाला जाणवेल की इतर कुठल्याही विचारधारेपेक्षा तुमची स्वतःची बुद्धी आणि विचारक्षमता कितीतरी जास्त आहे. म्हणून अशा प्रकारे तुम्ही तुमच वेगळेपण शोधून काढू शकता. आणि विवेकानंद लोकांना हेच तर सांगत

राहिले की आपल्या स्वतःच्या सत्याशी प्रामाणिक रहा. कारण जे स्वतःशी खरे असतात, सच्चे असतात त्यांनाच वैश्विक सत्य शोधता येतं. गूढवादाच्या आणि अध्यात्माच्या दृष्टीने विचार करता तो नेतृत्वासाठी आणि यशासाठीचा महत्त्वाचा विशेष गुण ठरतो.

आपण एखाद्या विशिष्ट विचारधारेशी स्वतःला जोडून घेत त्या विचारधारेला शिरसावंद्य मानलं तर आपण न्यूनगंडानं पछाडले जातो. कारण, मग आपण सतत त्या विचारधारेकडेच आशेने पाहत राहतो. परंतु, विवेकानंद यासाठी प्राचीन ऋषींची शिकवण सांगतात असं जाणवतं, जेव्हा ते म्हणतात, की आपल्याला आपल्या अस्तित्वामुळेच शुद्धत्व येतं आणि आपण कुठल्याही मानवनिर्मित विचारधारेपलीकडे जातो. ज्याने आपण अधिकाधिक ताकदवान बनत जातो. आपल्या नैसर्गिक अवस्थेत आपण कुठल्याच विचारशाखेची किंवा मनाला विशिष्ट स्थितीमध्ये बद्ध करणाऱ्या कल्पनांशी बांधील नसतो. ते सर्व आपल्यावर थोपवलं जातं. म्हणून मुक्त होणं गरजेचं. विवेकानंद सांगतात, "बिनधास्त जगा, मुक्त रहा". त्यामुळे मग लोकांना वाकवू पाहणारे, हवं तसं वळवू पाहणारे दुष्टांचे हात तुमच्या व्यक्तिमत्त्वाला धक्का लावू शकणार नाहीत. तुमच्या आतमधल्या सच्च्या व्यक्तिमत्त्वाला तुम्ही भेटा. दुसऱ्या कुणाच्यातरी विचारांच्या छत्राखाली आधार शोधणारे भित्रे बनू नका. तुम्ही तुम्हाला हव्या त्या तुम्ही ठरवलेल्या दिशेनेच मार्गक्रमण करा. कारण असं तुम्ही जेव्हा कराल तेव्हा तुमचं आयुष्य रोमांचक होईल आणि मग यशप्राप्ती अटळ असेल. ही सारी तत्त्वं आयुष्यासाठी आणि सुस्पष्ट नेतृत्वासाठी कळीचा मुद्दा आहेत. त्याने त्याच्याशी संबंधित सर्वच मंडळींना निर्णय घेणे सुकर बनेल आणि इतरांसाठी सकारात्मक भविष्यवादी दृष्टी देईल.

प्रकरण दुसरे

तीन शक्तितत्त्वे

***धडा :** आपल्यामध्ये लपलेली सुप्तावस्थेत असणारी अमर्यादित शक्ती मुक्त करणे हाच विवेकानंदांच्या शिकवणीतून मिळणारा संदेश आहे. त्यांनी मानवामधल्या अनंतत्वावर जोर दिला. आणि ते अनंतत्व एकेका व्यक्तीमध्ये व समाजामध्ये जागवण्याचा प्रयत्न केला. व्यक्तिगत पातळीवर एखादा नेता स्वतःमधली अमर्याद आणि कालातीत असणारी क्षमता मुक्त करून, बाहेर काढून यश आणि कृतकृत्यता मिळवू शकतो. त्यासाठी लागणाऱ्या दृढ निश्चयामुळेच मग पुढची सर्व फळं मिळतात.*

स्वामी विवेकानंदांनी नेत्यांसाठी तीन शक्तितत्त्वं सांगितली आहेत. पहिलं शक्तितत्त्व म्हणजे धैर्य, दुसरं म्हणजे श्रद्धा आणि तिसरं म्हणजे ताकद. आपण आधी पहिल्या तत्त्वाचा विचार करू. धैर्य हे खऱ्या यशप्राप्तीसाठी आणि उत्तम नेतृत्वासाठी गुरुकिल्लीच मानता येईल. आपल्या अस्तित्वामागचं मुख्य गुपित हेच, की कशाचीही भीती नसणे. आपलं काय होणार याची भीती बाळगू नका. आपल्याला यातूनही दिसून येतं की एक प्रकारे विवेकानंद हे लोकांच्या मनात आणि हृदयात एक युद्धाचं तत्त्व भिनवू पाहत होते. आणि नेतृत्वासाठी तो महत्त्वाचा धडा आहे. एखाद्या योध्याप्रमाणे वागणं म्हणजे काय, हे समजून घेणं, निर्भयपणे! स्वामीजींच्या शिकवणुकीचा हा मुख्य गाभा राहिला आहे, की जीवनाच्या सर्व ध्येयांचा पाठपुरावा करीत असताना धैर्य, निर्भीडपणा

हा केंद्रस्थानी हवा आणि या शिकवणुकीमुळे धर्म आणि अध्यात्माच्या शिकवणीसंदर्भात स्वामी विवेकानंद हे इतर गुरूंपेक्षा वेगळे ठरतात.

स्वामी जे धैर्य अंगी बाळगायला सांगतात, ते गूढवादाचं किंवा अध्यात्माचं धैर्य आणि ती निर्भीडता ही प्रखर सर्जनशील असते. त्यायोग्य एखादी व्यक्ती अत्यंत करिष्मावान बनू शकते आणि त्यामुळे एखाद्या नेत्यासाठी निर्भयता दाखवून, धैर्य दाखवणं अत्यंत महत्त्वाचं ठरतं. त्यामुळे आपसूकच अशा नेत्याला लोकांच्या नजरेत उच्च स्थान आणि आदराचं स्थान प्राप्त होतं. याचं उदाहरण म्हणजे कुरुक्षेत्रावरच्या युद्धप्रसंगी श्रीकृष्णाकडून भगवद्गीतेच्या रूपानं अर्जुनाने सखोल अर्थ समजावून घेतल्यावर दाखवलेला अतुलनीय पराक्रम. त्यामुळे तो आपण सर्वश्रेष्ठ धनुर्धर असल्याचं जे त्याच्या विस्मरणात गेलं होतं ते पूर्ण ताकदीनिशी झळाळून सर्वांसमोर प्रकट झालं. त्याचे नैसर्गिक गुण आणि धनुर्धारी कौशल्य लोकांसमोर आलं. त्यामुळे अंगी धैर्य बाणवलं की जगातले सर्व थोर नेते त्यांचे अंगभूत गुण आणि सामर्थ्य आठवत पराक्रम गाजवू शकतात. त्यामुळे धैर्य बाळगणं ही खऱ्या यशाची आणि उत्तम नेतृत्वाची पहिली पायरी होय.

विवेकानंद म्हणतात, की आपल्या प्रत्येकाच्या गाभ्यात आपल्या व्यक्तिमत्त्वाच्या आत केंद्रस्थानी आपल्याकडे धैर्याचा साठा असतो. आपण तसेच घडवले गेलो असतो, पण जगात वावरताना आपल्याला घाबरणं शिकवलं जातं. अगदी लहान मुलाकडे बघा. जन्माला येऊन जसजसं मोठं होतं तसतसं त्याला वेळोवेळी धाक दाखवला जातो. भीती उत्पन्न केली जाते. आपली शैक्षणिक पद्धती, आपलं सामाजिक-सांस्कृतिक वातावरण आणि आपली पालनपोषण करण्याची परंपरा ही सगळी जणू त्या लहान मुलाच्या मनात भीती उत्पन्न करण्याची साधनचं असतात जणू. आणि एखाद्या धर्माचा हा फार मोठा उद्‌ध्वस्त करणारा भाग झाला. विवेकानंदांनी लोकांना धर्माच्या मूलतत्त्वाकडे वळवण्याचे प्रयत्न केले. पूर्वी ऋषी-मुनी जे सांगायचे त्याकडे विवेकानंदांनी आपल्याला नेण्याचा प्रयत्न केला. ते म्हणजे अभयाची स्थिती, निर्भयाची स्थिती. अशी स्थिती ज्यावर साक्षात गौतम बुद्धदेखील जोर देत असत. कारण अध्यात्माच्या शोधाचा तो एक महत्त्वाचा गुण आहे. आपल्या आयुष्यातला महत्त्वाचा गुण!

जैन धर्मातदेखील तीर्थंकर यांनी हे सांगितलेलं आढळतं, की निर्भयता महत्त्वाची! धीरोदात्त असणे महत्त्वाचे. महान तीर्थंकर महावीर

यांच्या तर नावापासूनच निर्भय असण्याची दृष्टी मिळते. जैनांच्या तीर्थंकराचा मार्ग हा निर्भीडपणा आणि धैर्य या गुणांवर चालतो. अगदी याचप्रमाणे आपण जर शीख गुरूंकडे पाहिलं तर त्यांच्याही शिकवणीमधून निर्भीडपणा, निडरपणा आणि साहसाविषयी सांगितलेलं आढळतं. आणि त्यांच्या जीवनचरित्रातूनही ते दिसतं. म्हणजे थोडक्यात आपण पाहतो की, धर्माच्या मूलतत्त्वांमध्येच धैर्याची संकल्पना मांडलेली असते. कुठल्याही धर्माच्या चश्म्यातून पहा, त्याच्याकडे जपानी झेन बुद्धिझमच्या चश्म्यातून पहा, त्याच्याकडे सामुराई युद्धांच्या बुशितो प्रणालीमधून पहा, सर्वांमधूनच धाडस–धैर्य याविषयी सांगितलेलं आहे. म्हणून जेव्हा आपण भीतीला दूर लोटतो तेव्हा आपण सर्जनशील बनतो. आपण अधिक उत्तम नेता बनतो. आपण आपल्या स्वतःमध्येसुद्धा संवेदनशील आणि ऋजू कविमनाचे बनतो. पण सर्वांत महत्त्वाचे आहे, की आपण अगदी ध्यानमग्न अवस्थेतसुद्धा एखादी लढाई खेळू शकण्याइतके मुक्त झालेलो असतो. आपल्या शांत, ध्यानमग्न स्थितीत आपण कुठल्याही आणीबाणीला तोंड देऊ शकतो. तुम्ही कुठल्याही कामात असा, निर्भयतेतूनच सर्व कार्याची सुरुवात होत असते.

झेन बुद्धिझमच्या तत्त्वानुसार तुम्ही कुठलंही काम करत असताना मग एखादा कुणी धनुर्विद्या शिकत असेल, कुणी चित्र रंगवत असेल, कुणी बागकाम करत असेल तर दुसरा एखादा चहापानामध्ये गर्क असेल. पण, ते करत असताना आपल्या स्वतःच्या आत कुठेतरी धाडसाला, निर्भयतेला आपण जागवत असतोच. अध्यात्माचं तर ते हृदयच म्हणता येईल. गूढवादाच्या अभ्यासामध्ये तेच केंद्रस्थानी असतं. आपल्या भीतीला दूर लोटायचं. विवेकानंद हे सांगत आलेत, की आपल्यामधल्या भीतीचा नायनाट करा. जेव्हा तुम्ही भीतीचा नाश कराल, तेव्हा तुम्हाला जाणवेल की तुम्हाला परिपूर्ती मिळते, नवनव्या शक्यतांची जाणीव होते. तेव्हा मग तुमचं शरीर, तुमचं मन आणि चित्त हे एका लयीत एकत्र काम करू लागेल. त्यामुळे निर्भीडता, निर्भयता ही आपल्यासाठी एखाद्या पूलासारखं काम करतात. जेणेकरून आपण अतिशय सुसूत्रपणे विचार करून कृती करू शकतो. धाडसी वृत्तीमुळे आपण जरा विचार करू तशी कृती करू शकतो. आणि कृती करताना विचार करू शकतो! नेतृत्वाच्या सजगतेसाठी, जाणिवेसाठी ते फार आवश्यक आहे.

बहुतांशी वेळा आपण विचार एक करत असतो आणि कृती मात्र भलतीच करत असतो. पण ते भीतीमुळे तसं होत असतं. आपण एकात्मक किंवा एकत्रित असं जीवन जगू शकत नसतो. आपण जेव्हा निर्भय बनून ते धाडसाचे स्वातंत्र्य मिळवू तेव्हाच आपण एकात्म जीवन जगू शकू. निर्भयपणा आणि स्वातंत्र्य नेहमी हातात हात घालून जातात. आपण जेव्हा अत्यंत मुक्त स्थितीमध्ये कुठली कृती करत असतो, तेव्हा आपण निर्भय स्थितीमध्ये असतो. आणि त्या निर्भयतेच्या स्थितीपासून आपला प्रवास स्वातंत्र्याकडे होतो, मुक्तीकडे होतो. तिथून पुढे सर्वोच्च स्वातंत्र्याकडे, जीवनमुक्तीकडे आणि अगदी चालू आयुष्यातच. त्यामुळे असं हे संपूर्णतः निर्भयतेने कृती करणे हे उत्तम नेतृत्वाच्या गाभ्यात असतं. विवेकानंदांच्या शिकवणीचं ते सार म्हणता येईल. त्याचा अर्थ धाडसी असणे– तुमच्यामध्ये धाडसी वृत्ती असणे आणि योगाच्या तत्त्वज्ञानामध्ये राजयोगामध्ये त्याचा गर्भितार्थ हाच की तुमच्या आत मनाच्या गाभ्यामध्ये तुम्ही निर्भयता अनुभवत असणे....

योगशास्त्रात, आपल्या बेंबीच्या देठापासून ही निर्भयता अनुभवणं असतं. तो आपल्या व्यक्तित्वाचा महत्त्वाचा भाग असतो. इंग्लिश भाषेत 'बटरफ्लाइज इन युवर स्टमक' अशी म्हण आहे. तुमची भीतीची अवस्था वर्णन करण्यासाठी आणि सर्व गूढवादी परंपरांमध्येसुद्धा भीती ही आपल्या बेंबीच्या भागात घट्ट आवळून बसलेली असते, असंच म्हटलं जातं. आपण जर यशस्वीपणे आपल्या स्वतःला कुठल्याही प्रकारच्या भीतीपासून मुक्त करू शकलो, तर आपल्या अस्तित्वात जे मूळ ते जे चक्र असतं ते मुलाधार चक्र बलशाली बनतं. जपानच्या झेन बुद्धिझममध्येही असंच सांगितलं गेलंय की, आपल्या व्यक्तित्वात आपल्या अस्तित्वाचा गाभा किंवा सार हे सुप्तपणे आपल्या सर्व मूळ चक्रामध्ये एकवटलेलं असतं. महत्त्वाचं हेच ठरतं की आपल्या देहस्थितीमध्ये धैर्याला बलशाली बनवणं, निर्भयता अंगी बांधून भीती पूर्णपणे काढून टाकून अशी स्थितीअनुभवणं की आपल्यामधल्या ऊर्जेला कुठलीच बंधन राहणार नाहीत.

भीती ही आपल्या ऊर्जेला बांधून टाकते, वेढून बसते. ती आपल्या शरीरातल्या मनातल्या आत्म्यामधल्या ऊर्जेला जखडून टाकते. सर्वप्रथम भीती ही आपल्या सर्व चक्रांना जखडून टाकते. विवेकानंदांनी योगामधल्या कल्पना विशद करताना हे सांगितलं, की आपल्या सर्व चक्रांमधून ऊर्जाप्रवाह वाहत असतो. ती सळसळती ऊर्जा सर्वांत खालती असणाऱ्या

चक्रापासून वर-वर नेण्याचं काम योगशक्तीद्वारे करता येतं. परंतु, आपण भीतीखाली, भयगंडाखाली असताना आपली ऊर्जाकेंद्रं कार्यान्वित होत नाहीत. विवेकानंदांचा धर्माकडे पाहण्याचा एक क्रांतिकारी दृष्टीकोन होता. त्यांनी सांगितलं, की सर्व प्रकारची कर्मकांडं विसरा. तो धर्मामधला फारच छोटा भाग आहे. सर्वप्रथम आपल्या आत एक सर्जनशील धैर्य निर्माण करा. त्याने तुम्ही ध्यानधारणेप्रति पोहोचाल. खरोखर ध्यान हे निर्भयपणा अंगी बाणल्याशिवाय जमणार नाही. एका आश्वासकतेनं आयुष्याला सामोरे जा. विवेकानंदांनी आपल्या स्वतःच्या उदाहरणांनं निर्भयता म्हणजे काय, ते मूर्तिमंत दाखवून दिलं होतंच. 'बोले तैसा चाले' याचं विवेकानंद हे उत्कृष्ट द्योतक होते.

आपल्या प्रवासात त्यांना अनेक अडथळे आणि आव्हानांचा सामना करावा लागला. मग ते शरीराने आव्हानांना भिडण असो, मानसिकदृष्ट्या भिडणं असो. त्यांना अनेकवार छळाला तोंड द्यावं लागलं. त्यांना कधी कुठली उसंत नव्हती. विश्रांती नव्हती. ते म्हणत असत की, माझा विश्वास आहे, की मी या ब्रह्मांडाचा पुत्र आहे. माझे गुरू श्री रामकृष्ण यांचा पुत्र आहे आणि त्यांच्यामुळे मी एका महान निर्भयतेकडे, धैर्याकडे वाटचाल करू शकत आहे. थोडक्यात म्हणजे सर्वकाही आपल्या निडर हृदयावर अवलंबून आहे. तुमच्या जवळ असं निडर काळीज असेल तर तुम्ही तुमच्यातल्या सर्व क्षमतांना पुरेपूर न्याय देऊ शकता. आणि इतरांसमोर एक चांगला आदर्श उभा करू शकता. आणि तसंही सरतेशेवटी एका उत्तम नेत्याला इतरांसमोर एक चांगला आदर्श ठेवणे गरजेचंच! गतिमान कार्य करून दाखवणाऱ्या नेत्याचं निर्भयता हेच गुपित असतं. आपल्यामध्ये असणारी निर्भयता आणि धैर्य वापरून तुम्ही स्वतःसाठी तसंच इतरांसाठी उत्तम स्थिती निर्माण करू शकता. अन्यथा, तुम्हाला दुसरं काहीही मुक्त करू शकत नाही. तुम्हाला दुसऱ्या कशानेही आनंद मिळू शकत नाही.

आपल्या मार्गातला सर्वांत मोठा धोंडा म्हणजे भीती. ती तुम्हाला उत्तम सुखापासून वंचित ठेवते. तुमच्या नैसर्गिक स्थितीमध्ये आणि समाधी अवस्थेमध्ये अडथळा निर्माण करते. तुम्हाला थोड्याच पायऱ्या पार करायच्या असतात, पण ती निडरपणे-निर्भयपणे चालण्याची. पहिलीच पायरी, पहिलं पाऊल फार महत्त्वाचं. तुम्ही अत्यंत निर्भयपणे चालायला हवं. पहिलंच पाऊल अत्यंत धैर्याने उचललं तर मग हजारो मैलांचा प्रवासही

सहज सोपा होऊन जातो. तुम्हाला धरून मागे ओढणाऱ्या त्या भीतीचा त्याग करा. विवेकानंद म्हणतात, ''भीती खरी नसते. ते असत्य आहे''. म्हणजेच त्यांचं सांगणं आहे, की भीती ही मानवी समाजाची निर्मिती आहे. ते काही आपलं नैसर्गिक स्वभाववैशिष्ट्य नव्हे. भीतीला तुमच्यामध्ये बदल घडवू देऊ नका. तुमच्या उच्चतम जाणिवेपासून ढळू देऊन तुम्हाला खालती खेचू देऊ नका. इतरेजन कोणत्या दृष्टीने आपल्याकडे बघत असतील अशा विशिष्ट विचारसरणीला थारा देऊ नका. समाज आपल्याकडे कसा बघतोय, असल्या विचारांना थारा देऊ नका. तुमचा मूलभूत स्वभाव, तुमचं अंतर्मन हे सरतेशेवटी प्रचंड ताकदवान असणार आणि ठरणार आहे. लक्षात ठेवा आणि म्हणून अत्यंत निडरपणे वागा. आपण बलवान आहोत, शक्तिशाली आहोत. आपलं मन-चित्त-आत्मा ताकदवान आहे, असेच ठरवा आणि अनुभवा.

यातून मुख्यत्वेकरून विवेकानंद हे अर्जुनाला श्रीकृष्णाने दिलेला संदेशच प्रतिध्वनित करताना दिसतात. श्रीकृष्णाने अर्जुनाला सांगितलं, की आत्मा अविनाशी असतो. आपल्याला भिण्यासारखं काही नाहीच. जरी देहाला मृत्यू आला तरी आत्मा काही मरत नसतो. तलवार ही आत्म्याला कापू शकत नाही. पाणी आत्म्याला भिजवू शकत नाही. म्हणून त्या सर्वव्यापी कालातीत सुंदर, अक्षय आणि अविकारी असणाऱ्या चैतन्याच्या हिश्श्याला समजून घ्यायला हवं. त्यामुळे तुमच्यामधली भीती नाहीशी होते. तिचं रूपांतर धैर्यामध्ये होईल आणि त्यातूनच मग तुमच्या आसपास तुम्हाला वेढून राहिलेल्या चिंता आणि भीती पाहता पाहता हवेत विरून जातील. आणि एका उत्तम नेत्यासाठी ती अत्यंत महत्त्वाची ठरणारी गोष्ट म्हणावी लागेल. एखाद्या महान नेत्याची कृती कशी वर्णावी? तर एखाद्या आणीबाणीच्या प्रसंगी त्याने आपल्या सहकाऱ्यांसाठी आणि लोकांसाठी आपल्या कृतीमधून असं उदाहरण घालून द्यावं. जणू एखाद्या खोलीत झगमगत्या सूर्यकिरणांनी प्रवेश केल्यावर वाटेल तसं. जसं सूर्यकिरणांनी खोली उजळल्यावर त्या खोलीतला ओशटपणा पार वाळून कोरडा होऊन जातो. म्हणजे आपोआपच तुमच्यामध्ये जाणिवेचा, जागृतीचा प्रकाश भरून आयुष्य उजळेल.

म्हणून नेत्याला आपल्या धाडसी वृत्तीने आणि आचरणानं लखलखीत प्रकाशमान व्हायला हवं. तो त्याच्या व्यक्तित्वाचा प्रकाश असेल. एखाद्या गोष्टीविषयी बोलणं ही एक बाजू झाली. तेवढं पुरेसं नसतं. परंतु धाडसाने नेतृत्व करणं आणि त्यायोगे आदर्श घालून देणं हे नेत्यासाठी जरुरीचं. कारण

त्यामुळे इतरांनाही धीर मिळून, स्फूर्ती मिळून आपल्या भीतीवर मात करता येते. आणि जेव्हा नेत्याचा संपूर्ण संघ निडर निर्भय बनतो, तेव्हा फार मोठे निकाल हाती येऊ शकतात. तो संघ स्वतःमध्ये दडलेली ताकद जगासमोर प्रकट करू शकतो. लोकांमध्ये अमर्याद शक्यता असतात. मग ती नेत्याची जबाबदारी असते की त्याने आपल्या दिलेर वृत्तीने उदाहरण घालून दिल्यावर त्या संघाचं अमर्याद धाडस कृतीत उतरतं. आणि तो संघ अधिक गतिमान बनतो. त्यामुळे तो नेता केवळ स्वतःचं यश तर मिळवतोच, पण संघालाही भरघोस यशप्राप्ती करून देतो.

दुसरं शक्तितत्त्व म्हणजे श्रद्धेचं सार. हे फार महत्त्वाचं! स्वामी विवेकानंद म्हणतात, ''आपल्यामध्ये अंगभूत असणारा विश्वास जर अधिक उत्तम आणि मोठ्या प्रमाणावर वापरला गेला तर मला खात्री आहे की आपल्या आयुष्यातल्या मोठ्या चिंतेचा भाग आणि दुष्ट वृत्ती नाहीशा होतील. इथे स्वामी विवेकानंद ज्या विश्वासाविषयी म्हणताहेत तो म्हणजे आपला स्वतःवरचा विश्वास. ते देवावरच्या, बाहेरच्या दैवी शक्तीविषयीच्या विश्वासाबद्दल म्हणत नाहीत. अहं! ते म्हणताहेत जे खरं आहे, जे सत्य आहे त्यावर विश्वास ठेवा. तुमचं स्वत्व हे खरं आहे, सत्य आहे. तुम्ही देवाला पाहिलेलं नाही. तुम्ही जे सत्य आहे खरं आहे उघड आहे, दिसणार आहे त्यावर विश्वास ठेवा. सुरुवातीला तेवढेही पुरेसं आहे. तुमच्या स्वतःवर विश्वास ठेवा. वेदान्ताचंही हेच सार आहे. त्यात असंच मांडलं गेलं की तुमच्याकडे आत्मविश्वास असेल, स्वतःवर ठाम विश्वास असेल तर तुमचा त्याहून अति भव्य असणाऱ्या, विशाल असणाऱ्या देवनामक संकल्पनेवरसुद्धा विश्वास ठेवाल.

पहिलं पाऊल, पहिली पायरी म्हणजे स्वतःवर विश्वास ठेवणं. कारण आपण बाहेरच्या देवाला पाहिलेलं नसतं, तसा पुरावा नसतो. पण आपल्याबद्दल आपण सहजच पुरावा देऊ शकत असतो. सुरुवातीच्या काळात त्या दिव्य शक्तीवर, त्या महान सर्वव्यापी चैतन्यावर विश्वास ठेवण्याची गरज नसते. आणि याबाबतीत हिंदुत्व हे अब्राहमच्या इतर धर्मांपेक्षा अगदीच वेगळं ठरतं. उदाहरणार्थ, हिंदुत्व कधीही कुणीतरी सांगते म्हणून त्यावर विश्वास ठेवत, हातावर हात ठेवून बसण्याची निष्क्रियता मान्य करत नाही. ते धर्माच्या एखाद्या नेत्यावर (गुरूवर) संपूर्ण श्रद्धा ठेवावी, असेही सांगत नाही. अजिबात नाही. उलट हिंदुत्व सांगतं की तुमचं जागृत मन हे उत्स्फूर्तपणे एखाद्या विचाराने किंवा श्रद्धेने (तुम्हाला हवं त्या) भरून जावं. तेव्हा ते

अधिक बलवान होईल आणि मग ते तुमच्या 'स्व'त्वाच्या तेजाने झळाळून उठेल. नेतृत्वासाठी या अशा प्रकारच्या श्रद्धेची आवश्यकता असते. श्रद्धा किंवा विश्वास नसेल तर ते नेतृत्व कसलं? नेतृत्व हे आशादायी असायला हवं. आणि एखाद्याला जर विश्वास किंवा श्रद्धा असेल तर तो स्वतःबद्दल आशा आणि सकारात्मकता बाळगू शकतो. आणि इतरांसमोर आदर्श उभे करू शकतो. स्फूर्तिदायी आशा दाखवणं हे नेतृत्वाचे महत्त्वाचं काम. आणि ज्या नेत्याजवळ प्रचंड विश्वास आहे त्याच्या जवळंच इतरांच्या मनात आणि हृदयात स्फूर्ती आणि आशा निर्माण करण्याचा शहाणपणा असतो.

आपली श्रद्धा बळकट करा आणि आपल्यामध्ये दडलेल्या ऊर्जेशी संवाद साधा. आणि तुम्हाला जाणवेल की येणारी परिपूर्ती ही किती उत्स्फूर्तपणे येते. खरं तर ब्रह्मांडामधल्या महान शक्तीवर विश्वास ठेवायची तशी आवश्यकता नसते. विश्वास आपल्या स्वतःवर ठेवता यायला हवा. स्वतःवर विश्वास ठेवण्यातून शहाणपण येतं. स्वतःवर ठाम विश्वास ठेवला की स्वतःबद्दलची पूर्ण समज येते. आणि एकदा ते माहीत झालं की आपल्यामध्ये दडलेल्या ताकदीला साकार करता येतं. आपल्या हृदयाच्या ठोक्यांमध्ये विचार आणि कृतीचा समन्वय आणि एकतानता शोधा. महान नेत्यांचा शारीरिक पातळीवर, आध्यात्मिक पातळीवर, मानसिक पातळीवर आणि जैव भौतिक पातळीवर विश्वास असतो. त्या सर्वांमुळे त्यांच्यामधल्या क्षमतांमध्ये स्फुलिंग पेटतं. आणि त्यातूनच मग ते आपल्या लोकांच्या साध्या सर्वसाधारण कामांपलीकडे जात त्यांना व्यक्तित्वाच्या एका उच्चतम पातळीकडे घेऊन जातात.

विश्वास हा जादूई असतो. तो लोकांना अचाट आणि अतर्क्य कामगिरी करायला मदत करतो. आणि मग तो विश्वास आणि आशेची चाहूल लोकांच्या मनात व हृदयात सच्चा आदर निर्माण करते. त्यांना असं वाटायला लागतं की त्यांच्याकडूनही प्रचंड भरीव कामगिरी होणे शक्य आहे. म्हणून त्यायोगे त्यांना आध्यात्मिक आणि भौतिक पातळीवर उच्च स्थानी जाण्यास मदत होते. आणि महत्त्वाचं म्हणजे लोकांना आपल्या चिंता विसरून त्यापलीकडे जात त्याची चिंताग्रस्त स्थिती ही उच्च जाणिवेने भारलेल्या स्थितीत बदलायला मदत होते. एखाद्या महान नेत्याच्या अंगभूत क्षमतेचा तो गाभा आणि कणा असतो हे अतिशय महत्त्वाचं असं पायाभूत मूल्य आहे जे प्रत्येक नेत्याकडे असायलाच हवं.

थोडक्यात सांगायचं तर, महान नेते आणि यशस्वी लोकांना आपल्या विश्वासाद्वारे निर्धारपूर्वक पावलं उचलता येतात आणि एक ठोस संकल्प (will) करता येतो. खरा संकल्प हा स्वतःवरच्या प्रचंड विश्वासातूनच करता येतो. आयुष्य कितीही बेभरवशी असो, आयुष्य कितीही असुरक्षित असो, पण तरीही तुम्ही स्वतःवर प्रचंड विश्वास ठेवण्याची क्षमता बाळगून आहात. संकल्प ठरवल्याने तुमच्या आत तुम्ही एक प्रचंड निवांत स्थिती, शांतता अनुभवता. एक विलक्षण चैतन्य अनुभवता आणि त्यातून तुमची शारीरिक, मानसिक स्थितीही शांत स्थिर होते. एखाद्या लढवय्याचे तेच स्वभाववैशिष्ट्य म्हणता येईल, की कुठल्याही आव्हानाला किंवा समस्येला अत्यंत शांत चित्ताने तोंड देणे. श्रीकृष्णाने भगवद्गीतेतून अर्जुनाला उपदेश केल्यावर अर्जुनाच्या मनातल्या शंका दूर होऊन स्वतःविषयीचा आणि ब्रह्मांडातल्या सर्व शक्तिमान चैतन्याविषयीचा त्याचा विश्वास दृढ झाल्यावर त्याने ज्या स्थितीमध्ये युद्ध सुरू केलं तीच ती स्थिती. त्याचबरोबर तुम्ही भारतातले इतरही ग्रंथ पाहू शकता. योग वासिष्ठ, महारामायण, अष्टावक्रगीता वगैरे. ते सर्व ग्रंथ हेच सांगतात की आपल्या स्वतःविषयीच्या विश्वासाचं आपल्यामध्ये बीज असावं. म्हणून पाश्चिमात्य जगात नाझरेथच्या जीझसनेही नेमकं हेच सांगितलंय श्रद्धेचं, विश्वासाचं किती महत्त्व आहे हे आपल्या जीवनात ते!

म्हणून विवेकानंदांनी ही भारतातली आणि जगभरच्या विविध धर्मांमधली शिकवण एकत्र समोर घेऊन त्याला व्यवस्थित चाळणी लावून आणि त्यातलं महत्त्वाचं सार तेवढं एकत्र घेऊन संक्षिप्त स्वरूपात लोकांसमोर ठेवलं. जे लोकांना सहज पचनी पडून त्यांनी आचरणात आणणं सोपं गेलं. विवेकानंद सांगत असत, की स्वतःमधली ताकद, स्वतःमधली शक्ती आणि आत्मविश्वास तुम्हाला बदलवून टाकेल. विवेकानंदांच्या शिकवणुकीचे हे सार मानता येईल. कारण सरतेशेवटी हे सर्व गुणधर्म अंगी असणारा माणूसच इतरांसाठी आनंद निर्माण करू शकतो. अन्यथा, त्याचा इतरांना काहीही फायदा होत नाही. तुमच्या जवळ स्वतःची ताकद, स्वतःची शक्ती आणि आत्मविश्वास नसेल तर तुम्ही इतरांसाठी महत्त्वाचे कसे काय ठरू शकाल? आणि एखाद्या महान नेत्यानं इतरांसाठी उपयोगी पडणं, त्याचं इतरांना महत्त्व वाटणं हीच उत्तम नेतृत्वाची खूण आहे. म्हणून चांगला नेता हा स्वतःवर विश्वास ठेवणारा असतो, स्वतःवर प्रेम करणारा असतो आणि स्वतःच्या व्यक्तिमत्त्वामध्ये प्रतिबिंबित होणाऱ्या वैश्विक चैतन्याचा आदर करणारा असतो.

मनात कधीही निराशा दाटू देऊ नका. चांगल्या नेत्याला हे माहीत असतं की परिस्थितीपेक्षा मानवी क्षमता कितीतरी जास्त असते. वेदान्तांमध्येही यावर भर दिलेला आहे. तसेच सांख्य तत्त्वज्ञानामध्येही हे सांगितलेलं आहे. खरं पाहिलं तर भारतामधल्या सर्वच आध्यात्मिक तत्त्वज्ञानामध्ये किंवा दर्शनांमध्ये विश्वास आणि श्रद्धा या मूल्यांच्या बाबतीत भाष्य केलेलं दिसतं. गूढवाद आणि ब्रह्मज्ञान किंवा वेदान्तामध्ये मुख्यत्वे हेच साररूपाने येतं. स्वतःवरचा विश्वास, सोऽहम! हे लक्षात ठेवायचं की आपण त्या वैश्विक सत्तेचा भाग आहोत. विश्वास ठेवायचा की आपण तसे आहोतच. हनुमान लंकेत जाण्यापूर्वीची ती जुनी गोष्ट बघा. हनुमानाला स्वतःमधल्या शक्तीचं विस्मरण होतं. तेव्हा वानरसेनेमध्ये सर्व जण त्याला त्याच्या गतायुष्यामधल्या अचाट गोष्टी आठवून देतात. आणि त्याला प्रोत्साहित करतात. त्याच्या बालपणातले त्याचे पराक्रम, तो किती अचाट शक्तिशाली होता आणि त्याने कोणकोणती अद्भुत काम केली होती वगैरे. तेव्हा हनुमानाला ते सारं आठवत जातं. आणि हळूहळू तो आपले मूळ वीररूप धारण करतो. त्याच्या रंध्रारंध्रांतून वीरश्री वाहायला लागते. त्याचा आत्मविश्वास जागृत होतो. आणि त्याच्या मनातली भगवान श्रीरामांविषयी अपरंपार श्रद्धाही जागृत होते. म्हणून स्वतःवरचा विश्वास जागृत होणं ही त्या उच्चतम दैवी तत्त्वावरची श्रद्धा जागृत होण्याची सुरुवात म्हणता येईल.

म्हणजेच सर्व गोष्टींची सुरुवात श्रद्धेने होते. विश्वातल्या त्या महान शक्तीवर श्रद्धा असणं केव्हाही चांगलंच. पण त्याची सुरुवात तुमच्या स्वतःच्या शरीर, मन आणि चित्ताच्या विश्वातून होते. तुमच्या हृदयाची धडधड, ते ठोके हे खरे असतात. नीट ऐका त्यांना, त्यांचा आदर करा. तुमच्या 'स्व'त्वाची धडधड खरी असते. तिला उमलून-फुलून तिचं रूपांतर एका महान आध्यात्मिक श्रद्धेमध्ये होऊ द्या. तेव्हा तुम्हाला उमगेल की एक नेता म्हणून तुमच्या क्षमतेचे खऱ्या अर्थी चीज होतंय. स्वतःवर पूर्ण विश्वास ठेवा. तेव्हाच इतर लोक तुमच्यावर विश्वास ठेवतील. कधीही आशा सोडू नका, कायम आशावादी रहा. तेव्हा लोकसुद्धा तुमच्याकडे आशेनं बघतील. तुम्ही स्वतः त्या वैश्विक ऊर्जेचा भाग आहात हे कायम लक्षात ठेवा.

आणि आता आपण वळू या तिसऱ्या शक्तीकडे.

विवेकानंद म्हणतात, ''स्वतःला कधीही कमजोर समजू नका''. ते आपल्याला फार महत्त्वाचे वेदान्ताचे तत्त्व सांगताहेत. ते म्हणतात, ''वेदान्त

कधीही पाप जाणत नाही. ते फक्त मानवी चुका जाणतं''. आणि वेदान्त पुढे म्हणतो, ''सर्वांत मोठी चूक म्हणजे स्वतःला कमजोर समजणं आणि पापी समजणं. स्वतःला दुर्दैवी प्राणी समजणं आणि आपण शक्तिहीन आहोत असं मानणं. आपण हे करू शकत नाही, ते करू शकत नाही असं समजणं''.

वेदान्ताच्या या शिकवणीमागे गहन अर्थ लपलेला आहे. विवेकानंदांना योगवासिष्ठ, महारामायण हे वेदान्तामधले लेखन खूपच प्रिय होतं. किंबहुना- ते कुठेही जाताना जी दोन पुस्तकं सदैव जवळ बाळगत त्यांतले एक ते होतं! आणि ते पुस्तक म्हणजे खरं तर जाडजूड ग्रंथराजच होता. महाभारतानंतर केवळ हाच मोठा ग्रंथ असावा, त्यामध्ये वेदान्तामधल्या अध्यात्मविषयक सर्व सार आलेलं होतं. वसिष्ठ मुनी आणि त्यांचा प्रिय शिष्य तरुणपणीचा श्रीराम यांच्या संवादावर आधारित त्याची रचना होती. आणि त्या योगवासिष्ठ श्री रामायण ग्रंथामधून हेच सार सांगितलं होतं, की स्वतःला कधीही कमकुवत समजू नका आणि निराशावादी असू नका. आपल्या हृदयाच्या धडधडीला त्या बौद्धिक सत्याने पूर्णपणे भरून टाका. लक्षात ठेवा- तुम्ही ब्रह्माचाच एक भाग आहात. स्वतःला कधीही पापी, अपराधी समजू नका, कमजोर समजू नका. कारण जसं तुम्ही मानता किंवा विचार करता तसे तुम्ही बनता. आपल्या जाणिवेतूनच सर्व गोष्टींचा उगम होत असतो.

किंबहुना गौतम बुद्धसुद्धा म्हणत असत की आपली जाणीव, आपली जागृत मनोवस्थाच आपलं विश्व घडवत असते. तुम्ही जर स्वतःला कमजोर असल्याचं डोळ्यांसमोर आणलं तर तुम्ही खरोखरच कमजोर, शक्तिहीन झाल्याचं तुम्हाला जाणवेल. तुम्ही स्वतःला फार छोटे समजलात तर तुम्ही छोटे असल्याचं अनुभवाल आणि म्हणून हे नेतेमंडळींसाठी तर फारच महत्त्वाचं ठरतं की त्यांनी स्वतःला ताकदवान आणि त्या वैश्विक शक्तीच्या सत्याने भारलेलं समजणं गरजेच आहे. कारण त्यामुळे त्यांचे विचार-आचार तसेच घडतील. तुम्ही स्वतःला पापी असल्यासारखं डोळ्यांसमोर आणाल तर तुम्हाला खरोखरच तुम्ही पापी असल्याचे अनुभव येतील.

जागृत मन स्वतःच एक वास्तव तयार करत असतं आणि विवेकानंदांच्या शिकवणीचा हा महत्त्वाचा मूलभूत भाग आहे. आणि म्हणून नेतृत्व आणि यशासंबंधी विचार करता विवेकानंद हे महान क्रांतिकारी गुरू मानले जातात. त्यांनी मुख्यत्वेकरून पाश्चिमात्य मंडळींना आपल्या 'स्व'त्वाच्या जाणिवेच्या परिघात उत्तम नेतृत्व कसं अंगीकारता येईल ते शिकवलं. स्वतःची जाणीव

म्हणजे काय, तर आपल्याला भौतिक आणि आध्यात्मिक प्राक्तनानुसार लाभलेल्या क्षमतांची परिपूर्ती करू शकणे आणि त्या सर्वांची सुरुवात होते ती जागृत मनापासून.

त्यामुळे स्वामी विवेकानंदांचे सर्वांत महत्त्वपूर्ण योगदान कुठलं असेल तर ते म्हणजे लोकांना ते कमजोर-कमकुवत नसल्याचं शिकवणं आणि समजावून सांगणं. एक प्रकारे ते अब्राहमच्या धर्माच्या शिकवणुकीविरुद्ध लढत होते. ज्यामध्ये मानव कसा पापी असतो आणि पापांमुळे पश्चात्तापाच्या धर्मात होरपळत असतो वगैरे सांगितलेलं आहे. विवेकानंद कायमच हे सांगत आले की तुम्ही कायमच वैश्विक जाणवेचा एक भाग स्वतःमध्ये वागवत असता. त्या अमर्याद दैवी चैतन्याचा भाग. मग तुम्ही कसे काय पापी असाल? तुमच्या जाणिवेच्या गाभ्यामध्ये त्या वैश्विक ऊर्जेचा भाग भरलेला असतो. तुम्हाला त्याची जाणीव नसेल पण तेच सत्य आहे. ते तुमच्यापासून लपलेलं असेल ते तुम्हाला दिसू शकत नसेल, पण आपला तो सूक्ष्म भाग कायमच आपल्यापासून दडवलेला असतो. आणि आपल्यामध्ये दडलेली ती ताकद, तो ऊर्जेचा खजिना शोधणं हेच अध्यात्मिक प्रक्रियेचं आणि त्यातून होणाऱ्या साक्षात्काराचं कार्य असतं.

जाणिवेच्या क्षेत्रामध्येच भौतिक जगताला घडवणारा, आकार देणारा वास करत असतो. विवेकानंद म्हणत असत– ते जे सूक्ष्म असतं तेच आपल्या आयुष्यावर परिणाम घडवत असतं. तुम्ही जर आपल्या मनाच्या आत तळाशी जर स्वतःला फार कमकुवत समजत असाल तर तो कमकुवतपणात तुमच्या आयुष्यात प्रकट होईल. आणि मग असा कमकुवत नेता काय कामाचा? कमजोर नेता चांगलं नेतृत्व देऊ शकत नाही. जीवनाच्या सर्व क्षेत्रांत नजर टाकली तर असं आढळतं की त्यावर 'सूक्ष्मा'चा प्रचंड प्रभाव असतो. पदार्थविज्ञान बघा किंवा क्वांटम फिजिक्स बघा; आपण जे भौतिक जग बघतो त्या जगाला आकार देण्याचं काम हे अणूसारखे सूक्ष्म कणच करत असतात. अगदी गूढ विश्वाकडे पाहायचं झालं तरी तेसुद्धा बारीक-सारीक गोष्टींचं आकलन किंवा बोध समजून घेणं असतं. आपणही आपल्या अंतर्गत वास करणाऱ्या शक्तीचा बोध किंवा आकलन करून घेणं गरजेचं असतं. ते करू शकल्यावर मग आपल्या नेतृत्वाला कुणीही अटकाव करू शकत नाही.

विवेकानंद म्हणतात, अध्यात्म हे काही यांत्रिक शास्त्र नव्हे. त्यामुळे हे लक्षात ठेवायला हवं की आपण यंत्रवत किंवा यांत्रिकपणे धर्म जे सांगतो

त्यावर विश्वास ठेवता कामा नये की आपण पापी आहोत वगैरे वगैरे. ते सर्व बाजूला सारायला हवं. विवेकानंदांच्या मतानुसार कर्माचं कार्य तसं चालत नसतं. तुमच्या जाणिवेच्या गुणवत्तेनुसारच त्याचं कार्य चालत असतं. उपनिषदांमधूनही तेच सांगितलं गेलंय. म्हणून तुम्ही स्वतःमध्ये असणाऱ्या अंतर्गत सामर्थ्यावर विश्वास ठेवण्यावरच तुमची ऊर्जा खर्च करा. एक नेता म्हणून ते तुमचे उत्तम काम असेल. त्यातूनच मग नेतृत्वाची ताकद आणि तुमच्यामधल्या नेतृत्वगुणाचं कौशल्याचं प्रकटीकरण होईल. त्यातूनच तुमचा करिश्मा जगासमोर झळकेल आणि नेतृत्व म्हणून जे काय असतं ते हेच तर असतं तुमचा करिश्मा आणि तुमचा शहाणपण. परंतु, केवळ करिश्मा असूनही चालत नाही. कारण तो लोकांना चुकीच्या मार्गाकडेही घेऊन जाऊ शकतो. आणि नुसतं शहाणपण असूनही चालत नाही; कारण तुमच्याकडे बुद्धी असेल, शहाणपण असेल पण करिश्मा नसेल तर मग तुम्ही लोकांना बरोबर घेऊन योग्य प्रकारे दिशा दाखवणं होऊ शकणार नाही. कारण करिश्मा नसेल तर लोक मुळात तुमचं ऐकणारच नाहीत.

आणि म्हणून ही ताकदीची भावना जगासमोर प्रकट होणं महत्त्वाचं ठरतं. म्हणजे असं नव्हे, जसं एडॉल्फ हिटलरने ताकद दाखवली तशी. उलट, जशी अब्राहम लिंकनने दाखवली तशी! तसं प्रकटीकरण तुम्हाला तुमच्या आतमधल्या शक्तीचा शोध लावून देईल आणि अर्थातच तुमच्यामधल्या उत्तम नेतृत्वाच्या क्षमतेचाही! त्यातून तुम्हाला एक प्रकारचा आंतरिक चैतन्याचा अनुभव येईल. एका आंतरिक शांतीचा, एका अत्यानंदाच्या स्थितीचा आणि त्याच वेळी तुम्हाला लोकांचे नेतृत्व करत त्यांना एका उच्च अनुभूती देण्याचा, तृप्ती, कृतकृत्यता देण्याचा आणि तशा समाधानाचा अनुभव देता येईल. समाजाला आकार देणारे तेच असतात जे स्वतःला स्वतःमधल्या प्रचंड अंतरिक ताकदीचा अनुभव देऊ शकतात. अशा प्रकारेच प्राचीन काळी ऋषी-मुनी हे तिथल्या राजेराजवाड्यांना संपूर्ण ताकदीने संपृक्त करण्याचं काम करू शकत होते. त्यांचं महत्त्वाचं अवतारकार्य हेच असायचं की ते राहत असलेल्या राज्याच्या राज्याला स्वतःमधली बुद्धी आणि ताकद यांची एकत्रित जाणीव करून देणे!

जेव्हा या दोन महत्त्वाच्या पैलूंमध्ये योग्य ताळमेळ असतो, समतोल साधला जातो तेव्हा समाजही तसा घडतो आणि मग समाजातला प्रत्येक घटक हा उत्तम प्रतीची समृद्धी-समाधान अनुभवतो. थोडक्यात मुख्य मुद्दा

हाच की, एखाद्या नेत्याला त्याच्या लोकांना त्याच्या क्षमतांची जाणीव करून देत त्यानुसार पूर्तीसाठी स्फूर्ती देणे आणि त्यायोगे संपूर्ण संघाला कृतकृत्यतेचा अनुभव देणे आणि त्याची सुरुवात होते ती स्वतःमधल्या अंतर्गत परिपूर्तीअंतर्गत धैर्याचा, अंतर्गत ताकदीचा शोध घेऊन आणि आपल्या स्वतःमध्ये आशा आणि विश्वास जागवून आणि या सर्व बाबींमुळे एका विलक्षण चैतन्याचा मार्ग मिळतो. आपल्याला आध्यात्मिक तसेच भौतिक परिघामध्ये यश मिळतं आणि आपण ज्या संघाचा, समाजाचा भाग असतो त्यामध्ये एक सुरेख अनुबंध तयार होतो.

प्रकरण तिसरे

अधिक सामर्थ्यवान असणारा योद्धा हा जाणिवेच्या वरच्या श्रेणीत उच्च पातळीत असतो

***धडा :** आपल्याला जर विवेकानंदांच्या धर्म आणि आध्यात्मिक मार्गाची व्याख्या करायची झाली तर त्याचं यथार्थ वर्णन म्हणजे जागृत अवस्थेचा, जाणिवेचा मार्ग. विवेकानंदांना प्रायश्चित्ताच्या पातळीवर, जाणिवेच्या पातळीवर होणारं परिवर्तन हे अपेक्षित असायचं. तिथे बदल घडला तर आपण जीवनातल्या सर्व प्रकारच्या समस्यांना आणि आव्हानांना तोंड देऊ शकतो. सर्वांची सुरुवात ही जाणिवेपासून होत असते.*

आपल्याला जर पराक्रमी योद्धा व्हायचं असेल किंवा महान ध्येय साध्य करायचं असेल तर आपल्याला जाणिवेच्या उच्च पातळीवर असावं लागतं. ही भगवद्गीतेची शिकवण स्वामी विवेकानंदांनी पुढे नेली. श्रीकृष्णाने अर्जुनाला दिलेली ती शिकवण होती आणि विवेकानंदांनी आपल्या स्वतःच्या आयुष्यातही तिचाच पाठपुरावा केला. त्यांना तसं अल्पायुष्यच लाभलं. परंतु त्यातही त्यांचा हा कायम प्रयत्न राहिला की भौतिक यशप्राप्तीपेक्षा आध्यात्मिक मार्गाने उच्च जाणिवेची पातळी गाठता यावी आणि जाणिवेच्या त्या उच्च पातळीवर माणूस जेव्हा पोहोचतो तेव्हा केवळ आध्यात्मिक किंवा गूढवादाच्या क्षेत्रातच नव्हे; तर जगाचा नागरिक म्हणूनही त्याचं

कार्य – एक नेता म्हणून, एक संघ सहकारी म्हणून, वगैरे प्रकारांनी – फार मौल्यवान ठरतं.

श्रीकृष्णाने अर्जुनाला सांगितलं होतं की, शहाणा-ज्ञानी-बुद्धिमान माणूस तोच ज्याचं वागणं-बोलणं-चालणं बदलत जातं. आणि त्याचप्रमाणे विवेकानंदांनीसुद्धा लोकांना ज्ञानी बनवण्याचे प्रयत्न केले किंवा त्यांना स्वतःमध्ये दडलेल्या उच्च पातळीवरच्या 'स्व'ची जाणीव करून दिली. ते त्यांच्या सांगण्यातून नेहमी भर देत की माणसाच्या आतमध्ये एवढी प्रचंड क्षमता ठासून भरलेली असते की तो त्याच्या सर्व कृतींमध्ये असं काही परिवर्तन करू शकतो. ज्यांचा संपूर्ण जगाला फायदा होऊ शकेल.

आजच्या युगात मानवाला भेडसावणारी मोठी समस्या म्हणजे आपण एकीकडे जरी भौतिक तंत्रज्ञानात प्रचंड प्रगती केली असली तरी आपल्या पुढे कृत्रिम बुद्धिमत्ता आणि त्यामुळे उभं टाकणार महासंकट उभं ठाकलेलं आहे, त्याला तोंड कसं द्यायचं. आणि म्हणून उच्च पातळीवरच्या जाणिवेचा प्रश्न अत्यंत महत्त्वाचा ठरतो आहे. एलॉन मस्कनी म्हटले की, कृत्रिम बुद्धिमत्ता हा मानव जातीसाठी सर्वांत भयंकर धोका ठरू शकतो. परंतु, कृत्रिम बुद्धिमत्ता आणि मानव यांच्यामधला फरक म्हणजे मानवाकडे असणारी नैसर्गिक जाणीव! आणि भविष्यात उद्भवू शकणाऱ्या भौतिक व आध्यात्मिक आव्हानांसाठी ही माणसाची नैसर्गिक जाणीव ही जास्तीतजास्त उच्चतम पातळीवर नेणं महत्त्वाचं ठरेल. 'मानवाकडे असणारी नैसर्गिक उपजत जाणीव' हा एकमेव फार महत्त्वाचा अधोरेखित फरक ठरणार आहे. आणि त्या 'उच्चतम जाणिवेचा शोध' म्हणजेच मानवनिर्मित सर्व धर्म आणि गूढवाद व तो शोध हेच आपलं आयुष्यातलं महत्त्वाचं उद्दिष्ट आहे. बाकी सर्वच कामे आणि कृती ही त्यामधूनच उगम पावणारी अशीच!

आणि जेव्हा त्या उच्चतम पातळीवरच्या जाणिवेचा शोध घेणे सुरू असतं तेव्हा त्या प्रक्रियेतून मिळणारी जोड उत्पादनं म्हणजे निर्भेळ आनंद आणि चेतनेचा अनुभव! आणि अर्थातच ते उलटसुलट बघितलं तरी सत्यच ! त्या निर्भेळ आनंदातून आणि चैतन्याच्या अनुभूतीतूनच उच्च जाणिवेचा आविष्कार होतो. म्हणूनच विवेकानंद कायमच लोकांना सांगत आले की, जे काम कराल ते आनंदाने करा, समाधानाच्या स्थितीमध्ये राहून करा आणि ते करत असताना आपल्या अस्तित्वाच्या त्या उच्चतम पातळीवर लक्ष केंद्रित असू द्या. विवेकानंदांचे गुरू रामकृष्ण नेहमी उंचावरून उडणाऱ्या गरुडाचं

किंवा ससाण्याचं उदाहरण देत असत. आपण आयुष्यात उच्च स्थान प्राप्त करू किंवा आणखी वरवर प्रगती करू; पण जर नजर फक्त जमिनीवरच्या भक्ष्याकडेच ठेवली तर ते व्यर्थ ठरेल. उलट, आपली नजर आणखी वर-आणखी वर भरारी घेण्याकडे हवी.

याची सुरुवात होते ती आपल्यामधला अध्यात्माचा भाग दाबून न ठेवता त्याला मोकळीक देण्यापासून. आणि मग आयुष्यातल्या व्यावहारिक बाबींकडून आपोआपच आपली काळजी घ्यायला सुरुवात होते. शिक्षणाचे उदाहरण घेऊ. शिक्षण म्हणजे एका नव्या प्रांतात दाखल होऊन प्रगती साधणे. त्यात फक्त माहितीचं संकलन इतकाच भाग नसतो. पण जर का मानवाला पुढल्या वरच्या पातळीकडे उत्क्रांती साधायची असेल तर आपल्याला शिकवणारेसुद्धा उच्च जाणिवेच्या पातळीवरचे हवेत, जे आपल्याला नक्की काय मिळवायचे आणि आपण ते कसे मिळवायचे हे शिकवतील. आपल्या कामाची गुणवत्ता हा आध्यात्मिक प्रश्न झाला म्हणून आपल्या 'स्व'च्या कार्यामध्ये जास्तीतजास्त गुणवत्ता आणता यायला हवी. आणि मग आपले जीवनानुभव हे उच्च क्षमता प्राप्तीसाठीचे घालून दिलेले धडे बनतील.

आपण करत असलेल्या कामांमध्ये सफाई आणण्यासाठी हे महत्त्वाचे ठरेल की, आपण प्रत्येक गोष्टीला भौतिक मानकावरून जोखता कामा नये. आपण आपल्याच आतमध्ये शिरून आपल्यामध्ये लपलेली शक्ती शोधण्याचा प्रयत्न करण्याची स्थिती गाठण्याचा प्रयत्न करायला हवा. त्या शक्तीमुळेच आपण महान ठरू शकतो. आपल्या आत दडलेल्या शक्तीची प्रचिती नसली तर बाहेरून दिसणाऱ्या ताकदीला अर्थ नसतो. आणि यावर विशेष करून जोर द्यायला हवा. अंतर्ज्ञानाची शक्ती अंगी बाणवणे, आपल्यामध्ये दडलेल्या 'स्व'चा शोध घेणे आणि त्या साक्षात्कार झालेल्या, ज्ञान प्राप्त झालेल्या 'स्व'कडे जाणे, त्याने तुमच्या व्यक्तिमत्त्वातून निघणारं तेज तुमच्या भौतिक कृतीमध्ये साकार होईल. तसं न झाल्यास मानवाला खरी शांती कधीच लाभू शकणार नाही. तो जी काही कृती करत राहील त्याला ना काही उद्देश असेल ना अर्थ.

विशिष्ट ध्येयप्राप्तीसाठी जीवन व्यतीत करणं म्हणजे आपल्या स्वतःत आत खोलवर जात शोध घेणं. आणि त्या दृष्टीने पाहता आपण जी काही कामं करतो त्यात उच्च प्रतीचं वा कनिष्ठ प्रतीचं असं काही असत नाही. तुम्ही जी काही कामं कराल त्यातनं काही चमत्कार ठरतील असे निकाल

मिळू शकतात. तुमच्यामधल्या 'स्व'ची जी गुणवत्ता तीच महत्त्वाची. मानवाला अचानक उत्स्फूर्तपणे बौद्धिक जे काही सुचतं ते मुखत्वेकरून त्याच्या जाणिवेच्या गुणवत्तेनुसार असणारं फलित असतं. आणि ते जर का प्रबळ असेल ते जर प्रचंड सर्जनशील आणि अनुकंपाच्या जागेकडे जाणारं असेल तर त्याचा अर्थ तुमच्या आतला तुमचा 'स्वयंम' योग्य दिशा दाखवण्याचे काम करतो आहे. तसं नसेल तर त्याचा अर्थ तुम्ही अगदीच आंधळेपणाने कृती करत आहात. तुम्ही कितीही तंत्रज्ञानाचा अवलंब केला तरी ते मानवी जाणिवेच्या शक्तीला पर्याय ठरूच शकत नाही. ते जाणिवेचा प्रांत हे तुमचं आतलं राज्य जणू (तुम्ही स्वामी त्याचे)!

'देवाचं अधिराज्य तुमच्याच आत वसलेलं असतं', हे जीझसचे शब्द विवेकानंदांना फार प्रिय होते. विवेकानंद हे ऋषी-मुनींच्या आणि बुद्धाच्या शिकवणीशीसुद्धा सहज जोडलेले असत. तो साक्षात्कारी तत्वगुण किंवा बुद्ध आपल्यापैकी प्रत्येकाच्या आत वास करत असतो, हे त्यांना मान्य होतं. विवेकानंदांनी वेदान्ताची वस्त्रे चढवून हे प्राचीन तत्त्वज्ञान लोकांपर्यंत पोहोचवण्याचे प्रयत्न केले.

आणि उच्च प्रतीच्या जाणिवेच्या स्थितीला आपण एकदा पोहोचलो की आपण ती गमावत नाही, हे त्यामागचे एक सुरेख गुपित आहे. तुम्ही एकदा ती स्थिती प्राप्त केलीत की ती तुमचा खजिना बनते. तुमच्या आयुष्यातला तो सर्वांत मौल्यवान आणि पवित्र ठेवा बनतो. तुम्ही ज्याला स्पर्श कराल ते उजळून निघतं. पण जगात ज्याला वलय असतं, जे झगमगतं त्याने आपण मोहित होऊन जायचं नसतं. त्यापेक्षा आपण आपल्या आत बसणारं जग इतकं दीप्तिमान करायचं की मग आपल्याला आयुष्यात जगण्यासाठी धर्म किंवा अध्यात्मासारख्या मार्गदर्शकाची गरजच पडता कामा नये. तुम्हीच तुमचे मार्गदर्शक बनता आणि जेव्हा तुम्ही ते करू शकता तेव्हा तुम्ही खऱ्या अर्थाने उत्क्रांत पावलेले असता.

उत्क्रांती हा शब्द भौतिक क्षेत्रांमधली उन्नती आणि प्रगती दाखवतो. परंतु, विवेकानंदांनी कायम जोर देत प्रतिपादन केलं की खरी उत्क्रांती ही आपल्या आत होत असते. आणि त्या उत्क्रांतीमधून जे अर्थपूर्ण तेच जन्म घेतं. हिंदू पुराणांमधून जी दशावतारांची संकल्पना आहे तीही तेच दर्शवते. दशावतारांमधला प्रत्येक पुढचा अवतार हा उत्क्रांतीचा पुढचा टप्पा

दर्शवतो. आध्यात्मिकदृष्ट्या गूढवादानुसार आणि भौतिकदृष्ट्यासुद्धा आपल्या आयुष्याच्या अंतर्गत उत्क्रांतीमधून वाहणारी नदी शेवटी त्या वैश्विक चैतन्याला जाऊन मिळते. आणि जेव्हा आपलं त्या वैश्विक चैतन्याशी मीलन होतं तेव्हा जे जे उत्तम, उदात्त, उन्नत असं सारं आपल्याला प्राप्त होतं.

प्राचीन भारताचे वैशिष्ट्य असं की त्या काळच्या राजेरजवाड्यांनासुद्धा आपल्या स्वतःच्या आयुष्यात खोलवर डोकावून पाहण्यासाठी उत्तेजन दिले जात असे. विवेकानंदांनी हे दाखवून दिलं की सम्राट चंद्रगुप्त मौर्यानेसुद्धा आपल्या शक्तिशाली पदाचा, शौर्याचा, प्रसिद्धीचा, नावाचा त्याग करून जैन धर्माची शिकवण अनुसरली आणि स्वतःच्या अंतर्मनाच्या उत्क्रांतीचे चिंतन करण्याकडे लक्ष दिलं होतं. भारतीय पुराणांमध्ये अशा अनेक कथा आहेत, ज्यांमधून हेच सांगितले गेले आहे की आपल्या स्वतःमध्ये परिवर्तन घडवण्यासाठी आणि आपलं व्यक्तिमत्त्व फुलवण्यासाठी आपण आपल्या आत असणाऱ्या 'स्व'शी तादात्म्य होणं गरजेचं असतं तीच आपली उत्क्रांती. आणि आपल्या आतमध्ये जेव्हा असं लक्ष केंद्रित करणे होतं आणि एकात्मता साध्य होते तेव्हा आपण करत असलेल्या कामांचा परिणाम हा विघातक न होता विधायकच होतो आणि हाच फरक असतो विघातक नेतृत्व आणि सकारात्मक यशस्वी नेतृत्वामध्ये.

प्रकरण चौथे

आक्रसू नका, पसरा

__धडा :__ पसरणं आणि विस्तार पावणं म्हणजेच उत्क्रांती आणि प्रगती आपल्या जीवनातल्या भौतिक, मानसिक, गूढ आणि ध्यानक्षेत्रातली ती वेगवान प्रगती दर्शवते. स्वामी विवेकानंदांनी आपलं मन आणि चित्त यांचा विस्तार करावा, हे सांगण्यावर भर दिला. जेणेकरून आपल्या मधल्या क्षमतांची खरी व्याप्ती फुलायला मदत होईल. त्यांच्या शिकवणीनुसार आपल्या अंतरात्म्यामधून त्या विस्तार पावण्याचं मूल्य दिसून येतं. आपल्या बुद्धिमान आणि चित्ताच्या उत्क्रांतीमधून आपल्या वृत्तीला यश आणि समाधान प्राप्त होतं. आपल्या नेतृत्वाचा रोख याच पायावर आधारलेला हवा, त्यामुळे आपल्याला ठरावीक साचेबद्ध विचार न करता चौकटीबाहेर पडून विचार करण्याची सवय लागते आणि आणीबाणीच्या प्रसंगात त्याचा विशेष करून फायदा होतो.

अध्यात्माची पूर्ण कला ही विस्तारावर आधारित आहे. म्हणून स्वतःला संकुचित करू नका. आक्रसू नका, विस्तार पावा – पसरा. आपल्या मन, चित्त आणि अंतरात्म्याच्या पातळीवर विस्तार पावा! आपल्या मनीचे भय हे आपल्या विस्तार पावण्यातला मोठा अडथळा ठरत असतं. ज्यामुळे आपण आपल्या पूर्ण क्षमतेनुसार फुलू शकत नाही. आपल्या स्वतःच्या

आयुष्याबद्दल बोलताना विवेकानंद म्हणत असत, "मी खूप कमी काळात खूप काही मिळवण्यासाठी रात्रीचा दिवस करून प्रयत्न केले". आपल्या स्वतःमधल्या सुप्त क्षमता विकसित करण्यावर त्यांचा विश्वास होता. त्यांची विस्तार पावण्याविषयी कल्पना होती ती म्हणजे आपल्या क्षमतेनुसार संपूर्ण ते द्यायचं. आणि त्यायोगे समृद्ध व्हायचं आणि तेही स्वतःपुरतं आतून न होता इतरांबरोबरच्या नात्यात इतरांच्या आयुष्यावर प्रभाव टाकत! आणि इतर अनेकांच्या जीवनाला स्पर्श करत जेणेकरून इतरांच्या मनावर आणि आत्म्यावर त्याचा खोल परिणाम घडेल. स्वतःमध्ये विस्तार घडवण्याचं हे तत्त्व महान नेतृत्वासाठी आणि यशप्राप्तीसाठी महत्त्वाचा मुद्दा आहे.

विस्ताराचं रहस्य काय? विवेकानंद म्हणायचे, की आपण मानव हे माणसांना आणि गोष्टींना चिकटून बसतो. ही आपली मोठी समस्या आहे. हे असं चिकटून बसल्याने आपण दुःखाला निमंत्रण देतो आणि संकुचित होत जातो. आणि म्हणून महत्त्वाचं काय, तर स्वतःला थोडंतरी अलिप्त ठेवणं जमायला हवं. उगाचच मत बनवणं किंवा निवड करणं हेही टाळायला हवं.

एकदा ते जमलं की मग आपल्यामध्ये अपेक्षित विस्तार घडण्याची क्रिया सुरू होते. आणि एकदा विस्तार घडला की आपण अगदी निवांत आरामदायी अवस्थेत राहतो. आणि आतून ताकदवान बनत जातो. मग तुम्हाला गोष्टींचा त्रास होत नाही किंवा त्या कमकुवत बनवत नाहीत. उलटपक्षी, तुम्ही त्या अनुभवानी चांगलेच परिपक्व होत जाता.

त्यामुळे हा केवळ अपेक्षित परिणाम साधण्याची वृत्ती अंगी बाळगण्याचा प्रश्न नाही. उलट, काही वेळा अशी अपेक्षित परिणाम साधण्याची वृत्ती अंगी बाळगल्यानेच आपण आपल्या मनो-आध्यात्मिक क्षमता संकुचित करत असतो. आपल्या गूढवादाच्या शोधामध्ये जाणिवेचा विस्तार आणि समज महत्त्वाची. निरतारामध्ये सर्वच गोष्टींची विपुलता असते. विस्तारामध्ये मानवी जाणिवेच्या सर्वोत्तम विकासाची क्षमता असते. नवनवीन प्रांतांमध्ये विहार करण्याचा गुण असतो. विवेकानंदांनी संपूर्ण आयुष्यभरात जगभर प्रवास केला. ते एका ठिकाणी कधी फार काळ राहत नसत. एकाच ठिकाणी थांबून त्यांनी लोकप्रियता मिळवली असती. लोकांच्या नजरेत दैवत बनू शकले असते. अगदी भौतिक गुरुपद मिळवू शकले असते. कारण लोक आपोआपच त्यांच्याकडे आकर्षित होत असत. पण, त्यांनी हे जाणलं होतं की तसं करून ते विस्तार पावू शकत नव्हते. किंबहुना तसं लोकांच्या नजरेत

दैवत बनणं हे एका दुष्टचक्रात सापडण्यासारखंच! व्यक्तिमत्त्वाच्या जोरावर आपलाच विशिष्ट कळप बनवून! म्हणून त्यांनी मार्ग अंगीकारला तो एका ठिकाणी न राहता प्रवाही असण्याचा. नवनवीन ठिकाणच्या लोकांना जाऊन भेटण्याचा. स्वतःला नवनवीन आव्हानांना जाऊन भिडण्याचा आणि अशा प्रकारे नवनवीन गोष्टींची आणि नवीन लोकांची आव्हानं स्वीकारत त्यांनी न केवळ स्वतःपुरती आध्यात्मिक क्षेत्रात नैसर्गिक प्रगती साधली; पण जे जे कार्य हाती घेतलं त्या कार्यातही प्रगती साधली. अगदी आजतागायत! आणि भविष्यातदेखील त्यांच्या व्यक्तिमत्त्वाचा आणि कार्याचा सूक्ष्म प्रकाराने आपल्यावर होत राहिलेला परिणाम कायमच अनंत काळ विस्तारतच राहील.

यामधून शिकण्यासारखं म्हणजे आपल्या व्यक्तित्वाचा परीघ विस्तारत राहणे. पण हे जमवायचं कसं? तुम्ही केवळ मोकळेपणा अंगी बणवून ते साध्य करू शकता. आपल्या आत दडलेल्या क्षमतांना वाव देण्यासाठी कायम तयार राहून ते करू शकता. बहुसंख्य लोकांनी खरं म्हणजे त्यांच्यामध्ये असलेल्या असणाऱ्या क्षमतांपैकी जेमतेम काही टक्के क्षमतांनाच स्पर्श केलेला असतो. त्यामागे मूलभूत समस्या हीच असू शकते, की कदाचित बहुसंख्यांना आपली आरामदायक स्थिती सोडून दुसरं काही अंगावर घेण्याची तयारी नसते. म्हणून काही वेळा आपण परिणामांची परवा करणं बाजूला ठेवायला हवं. आणि आपल्या आयुष्याचा परीघ कसा विस्तारता येईल त्याकडे जास्त लक्ष द्यायला हवं. तसं केल्याने आपण नवीनतेला स्वीकारू शकू. तसं केल्याने आपण आपल्या मनाला ज्या मर्यादांच्या चौकटीत बद्ध केलेलं असतं त्याच्या पल्याड जाऊ शकू.

विवेकानंदांनी खूपच खडतर परिस्थितीला तोंड दिलं. त्यांना आरामदायी जीवन जगण्याचा पर्याय स्वीकारणं शक्य होतं. पण त्यांनी इतरेजणांच्या आयुष्यात आनंदाचा प्रकाश पोहोचवण्याचं काम हाती घेतलं. आणि त्यासाठी आपल्या प्रबोधनपर शिकवणीतून व आपल्या अंतर्गत शक्तीद्वारे त्यांनी इतरांच्या मनात त्या वैश्विक भानाची जाणीव निर्माण करण्याचे कार्य केलं. कुठलाही महान नेता तसा असावा लागतो जो आपल्या अंगभूत गुणांनी आणि त्यांच्या विस्ताराने इतर सहकाऱ्यांच्या अंगात असणारी क्षमता विकसित करेल. आणि त्यांच्या मनो-अध्यात्मिक व्यक्तिमत्त्वाचा विस्तार घडवून आणेल. जेणेकरून ते सहकारी नवीन कल्पना स्वीकारायला तयार होतील आणि सर्जनशील बनतील.

किंबहुना, विस्ताराच्या कलेला एका अर्थी सर्जनशीलता असंही म्हणता येतं. अन्यथा, आपण अगदीच वरवरचे उथळ बनू. आपल्या जवळ जितकं आहे आणि आपण जसे आहोत त्यातच समाधान मानत राहू. पण नवीन परिमाणं शोधायची, तर जास्तीची शोधवृत्ती अंगी हवी. आता मानव मंगळावर स्वारी करायची तयारी करतोय आणि मग त्याही पुढच्या ग्रहांवर आपला भौतिक वारसा चालू ठेवण्यासाठी! पण, त्या सर्वांची सुरुवात होते ती आपला भूतकाळ विसरून भविष्याकडे जाण्याच्या आपल्या अंतर्मनाच्या वृत्तीने.

विवेकानंद, उपनिषदे आणि गौतम बुद्ध या सर्वांनी हेच सांगितलं, की निश्चित मार्गावरून चालत राहणं म्हणजेच गतिशीलता. खऱ्या योद्ध्याचा आणि उत्तम नेत्याचा तोच मार्ग असतो. असं 'चरैवेती चरैवेती' करत राहण्यानं – पुढे जात राहण्यानेच विस्तार घडत असतो. जुनं ते सगळं मागे ठेवून निघायचं, त्याला चिकटून राहत किंवा त्यातच हरवून नाही जायचं. तुमच्यामधली ऊर्जा तशीच जखडून नाही ठेवायची. तिला प्रवाही बनवायचं. आणि मग बघा– तुम्ही तारेसुद्धा मुठीत घेऊ शकाल.

वेदान्ताच्या जुन्या ग्रंथामध्ये म्हटलेलं आहे, की आध्यात्मिक अनुभूती होणं म्हणजे जणू जीवनात नूतन सूर्योदय होणं. जिथे आध्यात्मिक बलरूपी सूर्य आपलं अंतःकरण, अंतर्मन विस्तारित करतो आणि त्याच्या दीप्तीने उजळवून टाकतो, प्रकाशमान करतो तोच आपला मूलमंत्र असायला हवा. आपली रिती ओंजळ समोर धरा. वैश्विक चैतन्य ती समृद्धीने भरून टाकेल. तुम्ही जर ओंजळ उघडलीच नाहीत, स्वतःला आकुंचित ठेवलं तर मग तुमची प्रगती कशी होणार? त्या वैश्विक ऊर्जेला तुमच्यामधून प्रवाहित होण्यासाठी वाव द्या. विवेकानंद म्हणायचे, ''विस्तार होणं हेच जीवन''. तुम्हाला माहीत असलेल्या सर्वांचा त्याग करा. त्यामुळे तुम्ही शक्तिशाली होऊ शकाल. तुमचं व्यक्तित्व वेगवेगळ्या क्षेत्रांत झळाळून उठेल. तुम्ही एका नव्या सत्याने न्हाऊन निघाल. आणि नंतर तुमच्यामधली ऊर्जा सर्जनशील कृतीमध्ये परावर्तित होईल. गूढवादाच्या शोधाचं ते महत्त्वाचं इंगित आहे. परंतु, एका भौतिक व्यावहारिक पातळीवर त्याला अर्थही आहे. कारण विस्तार झाल्यामुळेच तुम्ही अशा काही गोष्टींना विचारांना भेटता जे अन्यथा शक्य होऊ शकलं नसतं.

आणि म्हणूनच तुमच्या मनाला–आत्म्याला विस्तार पावण्याची संधी द्या. तुमच्या मनाचा परीघ विस्तार पावेल. लोक आपल्या मनात अगदी

मर्यादित कल्पना घेऊन वावरत असतात. ज्यामुळे ते कुठेतरी स्वतःला बंद करून घेतात. व्यक्तिमत्त्वाला कोंडून ठेवतात. आपणच आपल्याला मर्यादित करत असतो. विवेकानंद म्हणतात, ''आपल्या मर्यादा तोडून मोकळे व्हा. त्यापलीकडे जा. आपली अत्यंत संकुचित मर्यादित असणारी वृत्ती सोडा आणि जगाला कवेत घेणारी वृत्ती आपलीशी करा''. प्राचीन भारतीय गूढवाद सांगतो, 'अवघे विश्वचि माझे घर' आणि विवेकानंदांनी तोच विचार जगभर नेण्यात आपलं आयुष्य वेचलं. त्यांनी पूर्ण जगाला एक कुटुंब बनवण्याचे प्रयत्न केले. असं कुटुंब जिथे एकमेकांच्या कल्पनांची, विचारांची मोकळेपणाने देवाण-घेवाण होईल. आणि आपण साचेबद्ध व आपल्याच विचारांच्या चौकटीत जखडलेले राहणार नाहीत. त्या अर्थाने त्यांनी वैश्विक युगातच सूतोवाच केले होते. त्यांनी आपल्या आयुष्याचं उद्दिष्ट ठेवलं होतं, स्वतःसाठी तेच आव्हान म्हणून स्वीकारलं होतं.

प्राचीन भारतीय रूढीनुसार हिमालयाकडे प्रस्थान ठेवणं आणि आपल्या मनाला व चित्ताला त्या विशाल निसर्गात मुक्तपणे विहरू देणं, विस्तार होऊ देणं हे करण्याचा प्रघात असे. पण तेच सामान्य आयुष्य जगताना एका ठिकाणी राहूनही करता येतं. त्यासाठी पूर्ण सृष्टी आपल्यासाठी आपल्या समोरच हात पसरून स्वागताला उभी आहे, असं मानण्याची वृत्ती मात्र हवी. बंगालमधले 'बाउल' समाजाचे लोक असे मानायचे की संपूर्ण आकाश हेच आपलं घर आहे, आपला निवारा आहे. आपणही आपल्या भोवतालच्या चौकटीत जखडून, चार भिंतींच्या घरामध्ये केवळ मनाने अडकून न पडता अशा प्रकारचा विस्तारवादी विचार स्वीकारायला हवा. संपूर्ण विश्व हेच आपलं घर आणि हेच आपली जाणीव विस्तृत करण्याचे गुपित आहे. आपण 'विश्व हेचि माझे घर' ही वृत्ती ठेवली तर आपण विस्तार पावू शकतो. विवेकानंदांनी आपल्या आयुष्यातून याच गूढवादी विचारांची शिकवण दिली. आणि ते त्या महान पदाला पोहोचले. आपल्या जीवनासाठी, यशासाठी, नेतृत्वासाठी तोच फार मोठा धडा आहे.

प्रकरण पाचवे

दूरदर्शी मंडळी जनतेला प्रिय असतातच असं नाही!

__धडा :__ स्वामी विवेकानंदांसारखे चाकोरीबाहेरचा विचार करणारे आणि असामान्य हे जिथे जिथे अज्ञानाचा अंधकार असतो अशा ठिकाणी ज्ञानाचा प्रकाश पसरवण्याचं काम करीत असतात. आणि साहजिकच त्यांना विरोध करणारीही काही मंडळी निघतात. जुन्या परंपरांना आणि समजुतींना घट्ट चिकटून बसणाऱ्यांना व 'जैसे थे' रूढींना मानणाऱ्यांना मग असं सत्य दाखवणारी आणि दूरदर्शी असणारी मंडळी त्यांच्यासाठी धोका वाटतात. अशा वेळी, खऱ्या नेत्याला जे अनावश्यक आणि अनुत्पादक जे काही असेल ते लोकांसमोर मांडून त्याला बाजूला करणे हे काम धैर्यशील वृत्तीने करावं लागतं. मग त्याकरिता त्यांची स्वतःची प्रतिष्ठा पणाला लागली तरी तुमच्यामध्ये तुम्ही तसे धैर्य अंगी बाणवायला हवं. स्वामी विवेकानंदांच्या या धाडसी दूरदर्शी वृत्तीचे स्टीव्ह जॉब्सदेखील आवर्जून उदाहरण देत असे.

विवेकानंद म्हणत असत, की जेव्हा एखादा सच्चा दूरदर्शी नेता उदयाला येतो तेव्हा अनेक लोकांच्या पोटात दुखायला लागतं. दुसऱ्या शब्दांत

सांगायचं तर 'पिकतं तिथे विकत नाही', म्हणीसारखं. जो प्रेषित असतो त्याला त्याच्या स्वतःच्या भूमीत किंमत नसते. याचं कारण म्हणजे एखाद्या ठिकाणी चालत आलेले रीतिरिवाज आणि परंपरा यांमध्ये लोकांना जखडून ठेवणारी मंडळी, असे नवीन विचार किंवा मतप्रवाह मांडणाऱ्या दूरदर्शी नेत्याकडे त्यांच्या स्वतःच्या स्थानाला धोका असणारा प्रतिस्पर्धी म्हणूनच बघतात. दूरदर्शी किंवा दूरदृष्टी असणारा नेता हा कुठल्याही गोष्टीकडे, रूढींकडे, परंपरांकडे त्याच्या स्वतःच्या विचारसरणीअनुसार बघतो. त्याला त्या परंपरागत चालीरीती, विश्वास, श्रद्धा, अंधविश्वास यांवर विश्वास न ठेवता लोकांसाठी नवे, पण सच्चे विचार लोकांसमोर मांडायचे असतात. दूरदृष्टी असणारा नेता लोकांसमोर एखाद्या गोष्टीचे अंगभूत मूलभूत गुण आणि महत्त्व मांडायला सुरुवात करतो. त्याला किंवा तिला मग विरोधाला तोंड द्यावं लागतं. परंतु, खऱ्या उत्तम दूरदर्शी नेत्याचा तिथेच कस लागतो की… तो ते नवीन विचार मांडणं तिथेच सोडून देतो की ते मांडण्याचं आपलं काम नेटाने चालू ठेवतो. जे नेटानं आपल्या विचारानुसार आणि आपल्या दृष्टिकोनाला लोकांसमोर मांडण्याच्या दृढ निश्चयानुसार आपलं काम सुरूच ठेवतात, तेच खरे महान नेते आणि यशस्वी व्यक्ती बनतात.

थॉमस अल्वा एडिसन म्हणत असे – ''यश म्हणजे एक टक्का स्फूर्ती किंवा प्रेरणा आणि ९९% परिश्रम''. त्यामुळे खरा दूरदृष्टी असणारा नेता कधी प्रयत्न करणं सोडत नाही. समोरून कितीही विरोध उभा ठाकला तरी तो त्याचं कार्य करणे थांबवत नाही. जीझस ख्राइस्टच्या बाबतीत असच घडलं होतं. त्यालाही समाजातली अंधश्रद्धा मोडून काढायची होती. निषिद्ध मानल्या गेलेल्या गोष्टींमधला फोलपणा दाखवून द्यायचा होता. विवेकानंदांनाही त्यांच्या व्यक्तिगत जीवनात खूप अडथळ्यांना तोंड द्यावं लागलं आणि म्हणून चांगलं नेतृत्व आणि यशामधले सूक्ष्म कंगोरे बघताना हे लक्षात ठेवणं जरुरीचं आहे की तुम्हाला नवीन काही घडवायचं असेल किंवा दूरदृष्टीचा नेता बनायचं असेल तर समोरून विरोध दिसत असला तरी त्याने गोंधळून जाऊ नका. आपलं लक्ष्यावरचं चित्त विचलित होऊ देऊ नका. कोशात जाऊ नका. उलट, तुम्ही ठाम असाल तर तुमच्यासाठी ते फार फार महत्त्वाचे ठरेल. कारण त्यामुळे तुम्ही जे मांडण्याचा प्रयत्न चालवला असेल त्याला आपसूकच मोठं मूल्य प्राप्त होईल. तुम्ही जर काही मूल्यवान गोष्टी समोर मांडत नसाल, तर मुळात तुम्हाला कोणीही कशासाठी का विरोध करेल?

कारण मग त्या ठिकाणी तुमच्यापासून कुणालाच धोका नसणार. त्यामुळे हे अगदी मूलभूत तत्त्व आहे. जीवनाच्या सर्व क्षेत्रांतलं, राजकारणातलं, धार्मिक क्षेत्रातलं वगैरे. तर ते अगदीच प्रखरपणे ठळकपणे-ठसठशीतपणे समोर जाणवतं. व्यवसाय क्षेत्रातही तसेच तंत्रज्ञान आणि अनेक क्षेत्रांतही!

दूरदृष्टीच्या गोष्टी मांडणाऱ्या अनेक लोकांचं समाजात हसं होत असतं. या संदर्भात आयबीएम कम्प्यूटरचे संस्थापक थॉमस वॉटसन (सीनिअर) यांचे एक प्रसिद्ध वाक्य आठवतं. ते म्हणाले होते, ''भविष्यात फक्त हाताच्या बोटावर मोजता येतील इतक्याच कम्प्यूटर्सची गरज उरेल''. आणि साधारण तशाच प्रकारे ॲपलमध्ये फिरून परतलेल्या स्टीव्ह जॉबलादेखील तंत्रज्ञान क्षेत्रातल्या अनेक धुरीणांकडून थट्टा सहन करावी लागली होती. पण त्याने न डगमगता आपले प्रयत्न सुरूच ठेवले आणि पुढे जाऊन तो त्या क्षेत्रातील जणू दंतकथाच बनला. खेळाच्या दुनियेत मोहम्मद अली हे अशाच प्रयत्नवादाचं मोठं ठोस उदाहरण. तो फिरून परतून आला आणि जगज्जेत्याचा मुकुट जिंकला.

त्यामुळे कधीकधी पहिल्या अपयशानंतर फिरून नेटाने प्रयत्न करून पुन्हा जगासमोर आल्यावर मिळून जाणारं यश हे लखलखीत स्वच्छ आणि टिकाऊ असतं. हे अगदी मूलभूत तत्त्व म्हणता येईल. तुमच्यावर खूश असणारी किंवा तुमच्या प्रयत्नांचं कौतुक नसणारी मंडळी समोर असली तरी त्यामुळे निराश होऊ नका. आपल्या ध्येयावरची नजर ढळू देऊ नका. खऱ्या दूरदृष्टी असणाऱ्या नेत्याला त्याला तोंड द्यावंच लागतं. आपलं काम सरतेशेवटी टिकाऊ ठरवून जनमानसात पोहोचण्यासाठी त्याला अशी सत्त्वपरीक्षा द्यावीच लागते. तुमच्या दृष्टीने महत्त्वाच्या असणाऱ्या गोष्टींवरच लक्ष केंद्रित करा. विरोधकांच्या फिजूल गोष्टी टाळा.

आयुष्यात लक्षात ठेवण्याजोगी आणखी एक महत्त्वाची गोष्ट बऱ्याचदा विरोधकांच्या टीकेशी होणाऱ्या सामन्यामधूनच मोठी ऊर्जा जन्म घेते. काहीसं बिग बँगसारखं. दोन भिन्न घटना घडून त्यातून अखखं विश्व तयार झालं, तसंच काहीसं. किंवा दोन चकमकीचे दगड एकमेकांवर घासून त्या घर्षणातून ठिणगी उडते आणि आग मिळवता येते तसंच. माणसांमधल्या संघर्षातूनही मानवी लढाऊ वृत्तीला ऊर्जा मिळते. जेव्हा एखादं आव्हान समोर उभं ठाकतं, जेव्हा मानवधर्माला आव्हान दिलं जातं, तेव्हा मानवामध्ये मनो-आध्यात्मिक उत्क्रांती घडते.

म्हणून तुम्हाला समोरून कितीही विरोध उभा राहिला तरी स्वतःवरचा विश्वास ढळू देऊ नका. आपल्या समोर कितीही संख्येने, बहुसंख्येने विरोधक एकवटले आणि आपण त्यांच्या समोर अगदी एकटे जरी असू; तरी मनात हा प्रखर विश्वास बाळगा की आपण सर्जनशीलतेच्या, आनंदाच्या निर्माणाच्या उत्पादकतेच्या बाजूने आहोत. आपल्या विरोधात कितीही आवाज एकवटले तरी त्यांच्या समोर न झुकता ताठ मानेने आपलं काम करण्याची वृत्तीच तुम्हाला तारून तुमच्या ध्येयाच्या दिशेने नेईल. हे समजून घ्या आणि हे अशा प्रकर्षाने घडेल की तुमच्या हातून आणखी जोमानं कामं तर होतीलच; पण त्याचबरोबर तुम्ही आणखी दूरवरचं बघण्याची क्षमता बाळगू शकाल.

दृष्टी किंवा ध्येयावरची नजर म्हणजे काय, तर भविष्यातलं पाहून समजून घेण्याची क्षमता. दूरदृष्टी असणारा नेता सर्जनशीलतेने त्यामध्ये योगदान देऊ शकतो. विवेकानंदांना खात्री होती की, त्यांची ध्येयावरची नजर ही लोकांना एकत्र आणण्यात महत्त्वाचा दुवा ठरेल आणि पौर्वात्य गूढवादाचा प्रकाश पश्चिमेकडच्या देशांमध्ये पसरेल. विवेकानंद इतके विलक्षण दूरदृष्टी असणारे होते की, त्यांनी भविष्यात येऊ घातलेल्या अणुयुगाविषयीसुद्धा आगाऊ अंदाज वर्तवला होता. आणि हे सर्व अशा काळी- जेव्हा धर्मामध्ये विज्ञानाचा जराही गर्भितार्थ किंवा संबंध लावला जात नव्हता. तेव्हा प्राचीनतेला आणि आधुनिकतेला त्यांनी सुरेखरीत्या एकत्र आणलं होतं. तीच त्यांची खरी दूरदृष्टी म्हणता येईल. वैश्विक ऊर्जा आणि वेदान्त यांची त्यांनी उत्तम सांगड घातली. पदार्थ, ऊर्जा आणि जाणीव कसे कार्य करतात आणि त्यांच्या मीलनातून वास्तवासारखी अपूर्व घटना जन्मते हे त्यांनी मांडलं होतं. आणि त्या काळी जरी त्यांच्या अनेक कल्पना विज्ञानक्षेत्रात त्यांच्या आध्यात्मिक कल्पनाइतक्या सहज स्वीकारल्या गेल्या नव्हत्या तरी टेस्लासारख्या काही द्रष्ट्या मंडळींवर विवेकानंदांच्या म्हणण्याचा चांगलाच प्रभाव पडला होता. विज्ञान आणि तंत्रज्ञानात त्यामुळे एक फार मोठी झेप शक्य झाली होती. तुम्ही बघाल तर ते एक चक्रच होतं. त्या एकंदरीत सहाव्या शतकाच्या सुरुवातीच्या काळात विवेकानंदांच्या प्रभावाखाली आल्यावर टेस्लाने ज्या काही अद्भुत अतर्क्य त्या गोष्टी जगासमोर मांडल्या; त्या खरं तर त्या काळात अशक्यप्राय वाटल्या होत्या. परंतु ऊर्जेसंबंधी, इलेक्ट्रिसिटीसंबंधी त्याने मांडलेल्या गोष्टींनी, सिद्धान्तांनी जग बदलायला

सुरुवात झाली. विवेकानंदांनी 'प्राण' याविषयी मांडलेले विचार टेस्लास 'अल्टरनेटिंग करंट' (एसी) या विद्युतसंबंधीच्या सिद्धान्तासाठी स्फूर्ती, प्रेरणा देऊन गेले होते.

एडिसनने जगासमोर मांडलेल्या (डीसी) डायरेक्ट करंटच्या नमुन्यापेक्षा टेस्लाचा एसी अल्टरनेटिंग करंटचा शोध प्रभावशाली होता. खुद्द टेस्लालासुद्धा आयुष्यात अनेकदा थट्टेला आणि तिरस्काराला सामोरे जावं लागलं होतं. पण तरीही त्याने नेटाने आपलं संशोधन सुरूच ठेवलं होतं. तर ते मूलभूत तत्त्व समान आहे. कितीही टीका झाली तरी त्याला तोंड देत काम करत राहण्याची क्षमता अंगी बाळगणे, तरच तुम्ही उत्तम प्रकारे दूरदृष्टीचे नेते बनू शकता.

प्रकरण सहावे

कामाकडे खेळ म्हणून बघा (लीला)

***धडा :** खेळकर सर्जनशील असणारे नेते हे भलतेच क्रियाशील आणि बरंच काही घडवणारे असतात. कारण, ते सद्यकालीन सहकाऱ्यांना आव्हान देत असतात. विवेकानंदांच्या दृष्टीतून ईश्वरीय शक्ती ही नेहमीच खेळकररीत्या सर्जनाचे कार्य करीत असते. आणि तसेच आपण नेत्यांनीही असायला हवं.*

संपूर्ण जीवनभर स्वामी विवेकानंद हेच सांगत आले, की त्यांच्या हातून घडणारे कार्य खरं पाहता त्यांचे गुरू श्री रामकृष्ण हेच ईश्वरीय शक्तीला आवाहन करून त्या शक्तीकडून घडवून घेत आले आहेत. दुसऱ्या शब्दांत सांगायचं तर या ठिकाणी विवेकानंदांना खरं म्हणजे 'लीला' शब्द अभिप्रेत आहे. जो श्रीकृष्णाने आपल्या अवतारातून वेळोवेळी दाखवून दिला आहे. 'लीला' या संकल्पनेचा अर्थ सांगायचा तर विश्वात जे जे घडतं ते ते सर्व भगवंताने रचलेला खेळ असून, आपणा सर्व सृष्टीतल्या घटकांद्वारे ईश्वर तो खेळ घडवून आणत असतो. विवेकानंदांच्या मनात कधीच कुठलीच गोष्ट आपण केली आहे, असा भाव नसे. ते नेहमी सांगत की ईश्वराने त्यांच्या हातून ती कृती घडवली. ती सर्व त्या सर्व शक्तिमान ईश्वराची लीला बस्स! ते आपण स्वतःहून भव्य असं काही घडवून आणण्यासाठी ईश्वराने आपली निवड केली आहे असंच ठामपणे म्हणत. आणि मग त्यांच्या हातून अनेक

अद्भुत वाटाव्या अशा गोष्टी घडत असत. ते जातील तिथे अत्यंत सकारात्मक मनो-आध्यात्मिक कंपनं निर्माण झाल्याचा लोकांना अनुभव येई.

या सगळ्यातून आपल्याला अशी शिकवण मिळते की, जेव्हा आपण करत असलेल्या कामांमध्ये आपण केवळ निमित्तमात्र आहोत आणि ईश्वर ते काम करून घेत आहे; अशी भावना ठेवली की आपलं काम आणि आपलं अस्तित्व दोन्हींमध्ये भरभराट होते. एकदा का अशी वृत्ती ठेवली की आपण कुठल्याही कामाकडे वैश्विक शक्तीचा सुरेख आविष्कार म्हणून आणि आपल्यातला आनंद मिळणारी घटना म्हणून बघू शकतो. आपल्या कामात आपण मनाने अडकून न पडता ते काम करणं यालाच खरा धर्म म्हणता येईल. हेच वेगळ्या शब्दांत म्हणायचं, तर 'काम करत असताना ते तुम्ही स्वतः करताय, घडवताय' ही भावनाच काढून टाका. उलट, ते काम म्हणजे उच्च पातळीवरच्या शक्तीने परमात्म्यानं त्याचं प्रचंड प्रेम तुमच्यामधून प्रवाहित करून ते घडत जाते अशी भावना ठेवा. आणि एकदा का तशी भावना जमली की कुठल्याच कामाचं ओझं होणार नाही. कुठलंही काम तुमची दमछाक करणार नाही. मग ते कामच पूजा म्हणून, ध्यानधारणेचा भाग म्हणून बदलून जाईल.

तर मग स्वामीजींनी जी चळवळ सुरू केली किंवा जे कार्य हाती घेतलं त्याच्या मागे हीच प्रेरणा होती. ते बरोबरच्या संन्याशांना सांगत असत की, आपण कुठलंही काम करत असू तेव्हा त्यात 'मी हे करतोय' हा भाव नसावा. 'कर्मण्ये वाधिकारस्ते' असेच असावं. अन्यथा मग प्रत्येकच कामात 'मी'चा अहंभाव डोकावू लागेल. 'आपण ते करतोय' याऐवजी कुणीतरी महान शक्ती आपल्यातून वाहत करून घेते, असाच भाव हवा. तसं केल्यावर मग आपली कामं अधिक धडाडीने तर होतीलच; आणि त्यात अहंभावाची, 'मी'पणाची कुठलीही प्रेरणा नसेल. कधीही अहंभावाने स्वतःला जखडून मर्यादा घालून घेऊ नका. स्वतःला कुठल्याही पदाने परिस्थितीने किंवा विशिष्ट रीतीने ओळखणे सीमित करून घेऊ नका.

सर्व प्रकारची पदं आणि ताकद या मानवनिर्मित गोष्टी आहेत. त्यामुळे त्यांना अंतिम सत्य स्वरूप नाही. आपलं कर्तव्य अतिशय गंभीरपणे घेण्यात एक समस्या अशी असते की, आपण कधी विचारधारेमध्ये बद्ध होतो किंवा आपण कोण आहोत याविषयीच्या आपल्या कल्पनांमध्ये बद्ध होतो. आणि कधी आपल्याला नक्की कशाची प्राप्ती करायची आहे त्या आपल्या

उद्दिष्टाच्या मोहिमेसंदर्भानेही बद्ध होतो. पण खरं म्हणजे आपण स्वतःच्या व्यक्तित्वाला पूर्ण झोकून देऊन इतरांबरोबर पूर्ण मुक्तपणे वावरायला हवं. आपल्या कामाप्रति आपलं पूर्ण प्रेम आणि ऊर्जा द्यायला हवी. परंतु, आपल्या कामात कुठेही आपला अहंकार मात्र उतरायला नको. आणि आधुनिक जगात तीच एक मोठी समस्या होऊन बसली आहे. चांगली कामं आणि आपली कर्तव्य पार पाडताना त्यामध्ये आपण काही विशेष योगदान देत आहोत ही लोकांची वृत्ती कुठेतरी दिसते. आणि मग उत्तम नेतृत्वसंबंधात तो एक मोठाच आजार ठरतो. कारण, जे नेते शक्तिप्रदर्शनात मश्गूल होतात त्यांना वाटत राहतं की जे काही चांगलं घडतंय ते केवळ त्यांच्यामुळे. ते मग त्याबद्दल स्वतःची पाठ थोपटून घ्यायला सुरुवात करतात आणि मग होतं काय, तर अहंभावाचा शिरकाव!

'हे जे मी केलं, ते माझं कर्तृत्व' वगैरे मानण्याची वृत्ती असते तिचा सर्वप्रथम त्याग करायला हवा. वेदांमधल्या कर्मयोगाची ती सर्वांत महत्त्वाची कल्पना आहे. स्वामीजींचे त्याविषयीचे विचार असे आहेत : "तुम्हाला बुद्धीअनुसार जे आकलन होत असतं की कुठलंही कर्म करणारे तुम्ही आहात तर ही कल्पना बदलून त्या जागी तुम्ही एका अत्यंत महान सत्याची केवळ एक छोटी अभिव्यक्ती आहात असा अस्तित्ववादाचा एक विचार रुजवायला हवा. अशी समजूत मानून चाललात तर तुमच्या हातून खूपच मोठमोठी कामं होतील. जी त्या वैश्विक व्यवस्थेचा एक आंतरिक भाग असतील. आणि मग त्यालाच खरा योगी किंवा खरा संन्यासी म्हणता येईल. जिथे तुमची खोटी प्रतिमा गळून पडेल. आणि तुम्ही छोट्या छोट्या घडलेल्या गोष्टींमध्ये स्वतःचं व्यक्तित्व ठसवून देत नसाल किंबहुना तुम्ही केवळ स्वतःच्या विचारात न चालता अशा एका स्थितीत असाल जिथे तुम्ही अस्तित्वाच्याही पलीकडे जाऊन त्या पूर्णत्वाचा भाग म्हणून कृती करत असाल. आणि अशा त्या पूर्णत्वाचा एक हिस्सा म्हणून तुम्ही करत असलेली कृती ही अत्यंत उत्साहपूर्ण आणि खेळकर गुणवत्तेची ठरते. आणि अशा अत्यंत सहज आणि खेळकर मानसिकतेतून घडणाऱ्या सर्वच कृती नक्कीच महान ठरतात. तसं नसेल तर तुम्हाला स्वतःमधल्या आंतरिक सर्जनशील वृत्तीने काम करणं कठीण जाईल. तुम्ही मग जणू मुखवटा धारण करून खोट्या प्रतिमेत काम कराल. केवळ तुमचं नाव वाढून प्रतिष्ठा मिळावी वगैरे हेतूने". परंतु, स्वामीजी गूढवादी दृष्टिकोनातून खऱ्या यशाविषयी सांगतात ते खरं यश

म्हणजे तुम्ही तुमच्यामधल्या सर्वोत्तम क्षमतांचा अतिशय सहजतेने केलेल्या वापरामुळे मिळणारे यश. आणि मग या स्थितीमध्ये तुम्हाला उमगेल की तुम्ही जेव्हा स्पर्धात्मक आणि ईर्षात्मक अहंभाव न बाळगता कामं करता तेव्हा तुम्ही खऱ्या अर्थानं कृतकृत्य होत असता. त्यामुळे स्पर्धात्मक आणि इर्षात्मक अहंभाव हा कर्मयोगाच्या संकल्पनेला शापच ठरतो. आपल्या व्यक्तित्वात अहंभावाला स्थान देऊ नका. एकदा का तुम्ही अहंभावाचा त्याग केलात की तुम्ही कामातली व्यग्रता आणि कार्यशून्यस्थिती किंवा कृती आणि निष्क्रियता या संकल्पनांच्या पल्याड जाता. त्यानंतर तुम्ही अशा स्थितीत जाता जिथे तुमच्या मनाच्या आतला 'स्व' हा वैश्विक सत्याशी नातं सांगू पाहतो. आणि तुम्हाला जाणीव होते की विश्वामधल्या त्या अनंत शक्तीचा प्रवाह तुमच्यामधून वाहतो आहे. त्या आतमधून वाहणाऱ्या शक्तिप्रवाहामुळे तुम्ही जीवनातल्या सर्वच क्षेत्रांत घोडदौड सुरू करता.

प्रकरण सातवे

तुमचा अंतरात्मा म्हणजे अनंत

धडा : *या ब्रह्मांडामागच्या अथांग अनंत मूलतत्त्वात लपलेली शक्ती तुमच्यातच असते. त्याबद्दल कधीही शंका घेऊ नका. विशेषत: जेव्हा तुम्हाला नेतृत्वासंदर्भात कठीण आव्हानांना तोंड द्यावं लागतं आणि मग प्रभावी निर्णय घ्यावे लागतात; अशा वेळी उपयोगी पडणारा स्वामीजींच्या मते हा सर्वांत महत्त्वाचा धडा आहे.*

स्वामी विवेकानंद नेहमी प्राचीन वेदान्ताच्या शिकवणुकीवर जोर देत की, अनंत आणि अमर्याद अशी शक्ती तुमच्यात आत वसलेली आहे. आणि ते सत्य जाणून घेणे म्हणजेच स्वतःला समजून समजून घेणे. ते जाणून न घेतल्यास आपण स्वतःविषयीच्या चुकीच्या कल्पनांचे ओझं बाळगत राहतो. स्वतःला मर्यादेत जखडून घेतो आणि मग आपण उन्नत पातळीकडे जाण्यापासून स्वतःला वंचित ठेवतो.

बाह्य विश्वाशी तादात्म्य पावण्यासाठी, एकरूप होण्यासाठी आपल्या अंतरामी दडलेलं 'अनंत' समजून घेणं महत्त्वाचं ठरतं आणि एकदा ते बाह्य विश्वाशी तादात्म्य पाहून एकरूप होणं जमलं की आपल्यामधल्या ताकदीची जाणीव होते. आणि त्यामुळे आपल्याला एक प्रकारचा आरामही मिळतो. मग प्रथमच तुम्ही अंतरात्म्यामधली आनंदाची परमोच्च अवस्था अनुभवता. तुमचं स्वत्व आणि तुमचा वेगळेपणा यांत दडलेला परमानंद अनुभवता.

पहिल्यांदाच तुम्ही जीवनातला ब्रह्मानंद अनुभवता व जीवनातलं खरं उद्दिष्ट तुम्हाला सापडतं. आपल्या पौर्वात्य तसेच पाश्चिमात्य देशांच्या भेटींदरम्यान स्वामी विवेकानंदांनी वेदान्तामधलं हेच सत्य लोकांसमोर मांडलं. त्यांच्या प्रत्येक व्याख्यानामध्ये ते धृपदासारखं असे.

यामागचं सत्य असं की तुमच्या वरकरणी यशामुळे किंवा तुमच्या समाजातल्या स्थानामुळे तुम्हाला शक्ती प्राप्त होत नाही. शक्ती प्राप्त होते ती तुमच्या जाणिवेतून आणि मगच तुम्हाला साक्षात्कार होतो. बहुतेक महान नेत्यांच्या करिश्म्यामागचं हेच गुपित आहे. त्यांना 'स्व'मधून ताकद मिळालेली असते. बहुतेक यशस्वी असणाऱ्या लोकांना त्यांच्या आयुष्यात हे गुपित सापडलेलं असतं.

थोडक्यात सांगायचं, तर ही आतमधून बाहेरच्या प्रवासाची प्रक्रिया आहे. तुमच्या आतल्या जाणिवेमधून जे प्रकट होतं तेच तुमच्या बाह्य जगातल्या यशामधून परिवर्तित होतं. त्यामुळे आपण महत्त्वाचं हे शिकणं गरजेचं आहे की, आपल्या जवळच्या अमर्याद ज्ञानाला समजून घेण्यात अडथळा आणायचा नाही. ज्याला गूढवाद किंवा अध्यात्म म्हटलं जातं ते म्हणजे खरं तर आपल्या 'स्व'ला अनंताचा भाग म्हणून जाणून घेणे. आणि मग ती जाणीव आपल्या आयुष्यातल्या सर्वच गोष्टींमध्ये परिमितीमध्ये प्रवाहित करणे. म्हणजे मग तुम्ही तुमचं आयुष्य त्याच्या खऱ्या तीव्रतेने आणि आनंदाने जगता. तुमच्या अंतरात्म्यासंबंधीचे हे सत्य तुम्हाला दुसरं कोणी येऊन दाखवून देऊ शकत नाही. इतर कोणी काही सांगतात त्यावरूनही ते समजू शकणार नाही. तर केवळ तुमच्या आतला आवाज ऐकून तुमच्या मनात डोकावून तुम्हाला तुम्ही वास्तवात कोण आहात त्याची पक्की जाणीव, पक्कं आत्मभान निर्माण होऊ शकेल. त्यासाठी ध्यानधारणा आणि आयुष्यात मनन चिंतन महत्त्वाचं!

विवेकानंद सांगत असत की, जीवनात सर्वांत महान प्रकटीकरण कुठलं असेल तर ते म्हणजे आपल्यामधल्या 'स्व'चं आविष्करण. त्यानंतरच तुम्ही भौतिक जगतामध्ये कुठलीही जबाबदारी स्वीकारण्याची ताकद मिळवू शकता. अन्यथा, आपलं काम केवळ वरवरचं राहून त्यात आपल्याला यशाचे शिखर कधीच गाठता येणार नाही. आपण आतमधून पूर्णतः बदललो. आपल्या आतमधला अंधकार पळून ज्ञानदीप उजळवला की मग त्याचं दुय्यम उत्पादन म्हणजे आपल्याला मिळणारे यश आणि सकारात्मक

नेता म्हणून आपल्याला मिळणारी मान्यता. त्यामुळे तुमच्या अंतरात्म्याचं पुष्प फुलून त्याचा सुगंध तुमच्या कामामधून सर्वत्र दरवळतो. जाणिवेविषयी अशी निःसंदिग्धता असली की आपसूकच प्रभावी कार्य हातून घडतं. आपण केवळ हुशार किंवा कामात प्रवीण असून भागत नाही. आपल्या अंतर्मनात डोकावून अमर्याद आणि पवित्र अशी गुणवृत्ती शोधण्याची आध्यात्मिक कृती हवी. तुमच्या जवळ असणाऱ्या त्या गुणसंचयाचं प्रकटीकरण तुमच्या प्रभावी कार्यामधून होत असतं.

त्यामुळे तुम्हालाच तुमच्या आत दडलेली जीवनशक्ती समजून घ्यावी लागेल. तुमच्या आत खोलवर दडलेलं ते 'स्व'त्व समजून घ्यावे लागेल. ज्याच्या साहाय्याने तुमची कामं तुम्हाला करावयाची आहेत. तुम्ही जर त्या खोलवर असणाऱ्या गाभ्यापासून काम केलं नाही तर तुम्ही केवळ मर्यादित अशा ऊर्जेने आणि मर्यादित बुद्धीसाठ्याने रोजची ऐहिक काम करत राहाल. तुमच्या आत खोलवर दडलेल्यापर्यंत पोहोचणं म्हणजे तुमच्यामधल्या त्या नैसर्गिक चेतनेपर्यंत जाणं. वेदान्त सांगतो की तुमच्या आतमधला तो नैसर्गिक 'स्व' हाच त्या वैश्विक आनंदाचा भाग असतो. मग मात्र तुम्ही तणावरहित राहून काम करू शकता. अगदी सहज लीलया गोष्टी पार पाडू शकता. कारण तुम्ही अशा एका शक्तीने भारून जाऊन काम करत असता जी तिच्या नैसर्गिक रूपात अथांग, अनंत पसरलेली असते. त्यामुळे चिंताग्रस्त आणि तणावाने भरलेली कृती संपूर्णपणे कात टाकून तिचं रूपांतर तुमच्या 'स्व'मधल्या एका सुरेख सहज प्रवाही स्वरूपात होतं.

मानवाच्या अंतर्यामी दडलेल्या 'स्व'मध्ये त्या जीवात्म्याच्या आणि आत्म्याच्या प्रांतात सर्व साक्षात्कार होत असतो. आपण कोण आहोत याबद्दलच्या काही चुकीच्या समजुतींमध्ये माणूस काठोकाठ बुडलेला असतो. आपल्यात दडलेल्या वैश्विक अमर्याद शक्तीची त्याला जाणीवच नसते. तो त्या बाबतीत निद्रित असतो. तो स्वप्नावस्थेत जगत असतो. आणि आध्यात्मिक किंवा गूढवादाची स्थिती ही त्याच्यासाठी त्या स्वप्नावस्थेतून जागा होऊन खऱ्या वास्तवाची सत्याची जाणीव त्याला करून देते. एखादा खेळ किंवा नाटक घडताना पाहावं तसं समोर चाललेल्या खेळाशी किंवा नाटकाशी तुम्ही स्वतःला जोडून घेतलं तर मग तुम्ही तुमच्या आतमधल्या 'स्व'पासून काम करीत नसता. तुम्ही लक्षात घ्यायला हवं की, तुमचं आयुष्यात काम इतकंच की समोर घडणाऱ्या दैवी खेळाचा किंवा नाट्याचा

तुम्ही केवळ साक्षीदार असणं. वस्तुतः खरी गोष्ट ही असते की तुम्ही त्या खेळाच्या, नाट्याच्या आरपार पाहू शकता. आणि हे समजून घेऊ शकता की त्या खेळाच्या, नाट्याच्या मागे अमर्याद-अथांग अशी वैश्विक जाणीव आहे. अध्यात्माचे उद्दिष्ट वैश्विकता जाणून घेणं हेच असतं आणि त्या वैश्विक जाणिवेला समजून घेतल्यावर यशासंबंधीच्या तुमच्या मर्यादित कल्पना बदलायला सुरुवात होते. तुम्हाला हे कळायला लागतं की तुम्ही तुमच्या अहंभावाला जपत त्यातून कुठलं काम करायचं नसतं. तर विश्वात घडणाऱ्या मोठ्या प्रमाणावर त्या घटनांचा एक भाग म्हणून असणार असता. तसं वागल्याने तुम्ही तुमच्या दैनंदिन गोष्टींमध्ये आनंद व समाधान मिळवता. असं मिळणारं समाधान, तो आनंद, ती तृप्तीची भावना हेच योगी आणि संन्याशाचं लक्षण असतं. पण त्याचा अर्थ असाही नाहीच की तुम्ही योगी किंवा संन्याशी असायला/बनायला हवं.

तुम्ही तुमच्या जाणिवेची जी गुणवत्ता तुमच्या आयुष्यात आणता किंवा प्रकट करता, त्यानुसार तुमच्या कामाचं यश ठरतं. विवेकानंदांनी हाच संदेश आपल्या भाषणामधून कायमच दिला. मग ते त्या वेळी भौतिक पद्धतीने आयुष्य जगणाऱ्यांसमोर बोलत असोत किंवा आध्यात्मिक पद्धतीने जीवन व्यतीत करणाऱ्या संन्याशांसमोर बोलत असोत. ते कायम एका गोष्टीवर जोर देत असत ती म्हणजे आयुष्यात महत्त्वाची गोष्ट कुठली असेल तर ती म्हणजे उच्चतम पातळीवरच्या जाणिवेचा शोध घेणे. जगामध्ये उच्च श्रेणीची मूल्य निर्माण करणारी शक्ती अंगात बाळगण्यासाठी आपल्याला तसा शोध घेणे जरुरीचं असतं.

जेव्हा तुम्ही स्वतःला अनंताशी जोडू पाहता, अनंताचा वेध घेत त्याच्याशी तादात्म्य पावू पाहता तेव्हा तुमच्यासाठी अधिक गतिमान आणि चैतन्यमय कृतींचा मार्ग तयार होत जातो. आणि मग तुम्ही कल्पनाही केली नसेल अशा महान गोष्टी साध्य करणे तुम्हाला शक्य होते.

प्रकरण आठवे

शांती ही वेळ नाही, खरी परीक्षा (आत आणि बाहेरही)

***धडा :** आपल्या मनात अथांग शांतीची मशागत करा. मन एकदम शांत करा. तसं केल्यावर तुमच्या आत दडलेले सर्व गुण प्रकट व्हायला सुरुवात होईल. आपल्या आत नांदणारी प्रगाढ शांतता ही एखाद्या सुपीक, कसदार मातीसारखं काम करेल. आणि त्यामुळे उच्च मूल्य आणि खरे यश फुलायला मदत होईल. आपल्या आतमधील शांतता मिळाल्याशिवाय आपल्याला काहीच प्राप्त होणार नाही. अगदी आपण सर्वोच्च नेतेपदावर असलो तरीसुद्धा. आपल्या आतमधल्या शांततेचा, स्तब्धतेचा आणि स्थिरतेचा मागोवा घ्या. खऱ्या यशासाठीच आणि सुबुद्ध नेतृत्वासाठीचं ते आध्यात्मिक गुपित आहे.*

स्वामी विवेकानंद म्हणत की, तुमच्या स्वतःमधल्या तसंच जगामधल्या शांततेची निर्मिती होऊ शकेल असं कार्य तुमच्या हातून होत राहणं, हीच तुमच्या कामाची खरी परीक्षा आहे. तुमच्या जीवनातल्या यशाचं ते मापक तोच खरा मापदंड आहे. आणि या मानकाचा विचार करता असं आढळून येतं की जगातल्या बहुतेक नेत्यांच्या कृतीमुळे जगात शांतता प्रस्थापित झाली असं दिसत नाही. त्यामुळे त्यांच्या कृतींना आपण यशस्वी असं म्हणू

शकत नाही. आणि सच्चा नेता त्यालाच म्हणावं जो जगामध्ये शांतता आणि यश मिळवू शकतो. त्याही आधी तो स्वतःच्या आत शांती निर्माण करू शकतो. जर तो किंवा ती स्वतःच्या आत शांती निर्माण करू शकली तरच ते मग जगासाठी शांततापूर्ण कृती करू शकतात. आणि याउलट पाहिलं तर तेही सत्यच की जी व्यक्ती जगामध्ये शांतता निर्माण करू शकते ती स्वतःमध्येही शांती निर्माण करण्याच्या मार्गावरच चालत असते. म्हणजेच या परस्परपूरक क्रिया आहेत. परंतु, खऱ्या यशाचे मापन म्हणजे शांती.

शांतीविना यश हे निव्वळ वरवरच ठरतं. जे यश आंतरिक आणि बाह्य दुतर्फा शांती निर्माण करू शकत नाही त्याला हेतुपूर्ण किंवा समाधानकारक यश म्हणता येत नाही. हेतू हा शब्द हेच सुचवतो की लोकांना अशा स्थितीत जाण्याचा मार्ग मिळणं जिथे ते साधारण किंवा सामान्य गोष्टींचा त्याग करून असाधारण असामान्य गोष्टींकडे जातील. आणि आपली कृती जी असामान्य गोष्टीकडे नेते ती म्हणजे शांततेची निर्मिती. ती हेच ध्वनित करते की त्यामध्ये आनंद आहे, सर्जनशीलता आहे. ती त्याचबरोबर हेही ध्वनित करते की ती आपल्या आतमध्ये एक आध्यात्मिक जागृती आणि आपल्या सर्वोत्तम गुणांची जागृती करते.

म्हणून तुम्हाला जर अत्यंत समाधान देणार यश हवं असेल तर त्याची परीक्षा म्हणजे शांती. केवळ तुमच्या स्वतःमध्ये नव्हे तर संपूर्ण मानव जातीसाठी आणि पृथ्वीसाठीही आणि तसं पाहता आज पृथ्वीसाठी त्याचीच गरज आहे. असे नेते हवे आहेत जे संघर्ष आणि युद्ध टाळतील आणि सर्वांना शांतीकडे नेतील. परंतु, आजची समस्या ही आहे की नेतृत्व घडवणाऱ्या बहुतांशी व्यवस्थापनाच्या संस्था विद्यापीठ आणि सरकारी संस्था या खऱ्या यशासाठी हाच मापदंड असल्याचे किंवा हाच खरा कस असल्याचं सांगत नाहीत. जो तो येनकेन प्रकारे कुठल्याही किमतीत जिंकणं हेच ध्येय बाळगून असतो. त्यामुळे शांतीविषयीची मूलभूत संज्ञा आपण हरवत चाललो आहोत. ज्याची खरं तर पूजा करायला हवी अशा मूल्यांचाच यशाच्या वेदीवर बळी चढवला जातोय. खरं पाहता त्याला सर्वोच्च पवित्र मानून त्याचा आदर करायला हवा. जगासाठी आणि स्वतःसाठीसुद्धा अत्यंत चिंताजनक बाब निर्माण करणारी कुठली गोष्ट असेल तर ती म्हणजे शांती नष्ट होईल अशीच कृत्ये करणे. त्यासाठी दुसऱ्यांबरोबर सतत संघर्ष आणि कलह माजवणे व तसं वागल्यामुळे तुम्ही स्वतः आतून सपशेल अपयशी तर ठरता,

पण त्याचबरोबर बाह्य भौतिक जगतातही तुमच्या कृतींना अपयशाचाच परिणाम भोगावा लागतो. तुम्हाला कदाचित पद, प्रतिष्ठा, पैसा आणि ताकद मिळू शकते. परंतु तुमच्या कृतींनी तुमच्या अंतरात्म्याची ज्योत काही फुलू शकत नाही.

म्हणून या ठिकाणी आयुष्यात महत्त्वाचा जय प्राप्त करायचा असेल, तर तुमच्या कृतींची गुणवत्ता महत्त्वाची ठरते. आणि त्यावर जोर दिला जातो. हिंदू तत्त्वज्ञानामधल्या धर्म या संकल्पनेचा तो पाया म्हणता येईल. विवेकानंद धर्माविषयी बोलताना त्या शब्दाच्या आधी भौतिक अर्थाचा आधार न घेता रोजच्या जीवनातल्या व्यावहारिक अर्थाने बोलत असत. आणि ते सांगताना त्यांचा जोर नेहमी यावर असे की, आपल्याला शांती आणि अत्युच्च सुखापासून दूर नेणाऱ्या गोष्टी करण्यात वेळ व्यर्थ घालवू नका. आपल्या जीवनात सर्वांत महत्त्वाची गोष्ट कुठली असेल तर ती म्हणजे शांती मिळवणं. आणि तीसुद्धा निष्क्रियतेतून आपोआप वाटायला आलेली शांती नव्हे, तर आपण आपणहून प्रयत्नांद्वारे आपल्या स्वतःत आणि जगामध्ये निर्माण केलेल्या गुणवत्ता आणि सदाचाराच्या जोरावर प्राप्त केलेली शांती. एखादा माणूस जर समाजसेवा करत असेल तर इतरांची मनोभावे सेवा करण्याचं त्याचं काम हे फिरून येऊन त्याच्या स्वतःमध्येसुद्धा शांती निर्माण करेल. तसं नसेल तर तो केवळ विमनस्क मन:स्थितीतून आणि जगामध्ये आपली कर्तव्यबुद्धी निभावण्यासाठी करत असल्याचे चित्र समोर येईल. आणि मग त्याची परिणती त्याच्या स्वतःच्या उन्नतीकडे व सर्वोच्च आनंद मिळण्यापासून दूर जाण्यात होईल.

माणूस हा जगातल्या कुठल्याही यंत्रापेक्षा निराळा आहे. जरी आपण आणि आपलं भविष्यवादी जग हे (एआय) आर्टिफिशिअल इंटेलिजन्सकडे झुकलेलं दिसतंय. आपल्याला हे समजून घ्यायला हवं की आपण सध्या करीत असलेली बरीच कामं आर्टिफिशिअल इंटेलिजन्सद्वारा केली जाऊ शकतात. पण तरीही ते काम तितकं महत्त्वाचं नसतं जितकं आपल्या मानवी बुद्धीची गुणवत्ता आणि त्यामुळे आपली कृतीही कृत्रिम बुद्धिमत्तेला मागे टाकणारी ठरते. कारण आपण आपल्या कृतीमध्ये जी एक आध्यात्मिक ऊर्जा भरतो त्यामुळे त्या कृतीला एक वेगळा कायमस्वरूपी अर्थ प्राप्त होतो. आपल्या आत दडलेल्या 'स्व'ची ओढाताण करणाऱ्या दडपणाखाली कुठलं काम करणं याने कुठलीही कृती परिपूर्ण आणि समाधान देणारी होत नाही.

आपल्या आतल्या 'स्व'च्या तेजाने एखादी कृती नैसर्गिकरीत्या करणं आणि मग जे काम आपण हाती घेऊ त्यात त्या तेजामुळे ते काम उजळून जाणं महत्त्वाचं, सर्वच धर्मांतल्या संत-महात्म्यांच्या चेहऱ्याभोवती जे तेजोवलय दाखवतात नं तसं काहीसं त्यांच्या चेहऱ्याभोवती शांततेचे वलय असतं, त्या शीतल प्रकाशाचं - तीच गुणवत्ता भावते इतरांना आणि त्यातूनच जणू एक श्रृंखला तयार होत जाते. आणि आणखी शांती - आणखी शांती पसरत जाते. जगामध्ये अशा अनेक थोर, आध्यात्मिक व्यक्ती होऊन गेल्या ज्यांनी सामाजिक कार्यात विशेष योगदान दिलं, असं वरकरणी दिसलं नाही; परंतु त्यांच्या अस्तित्वाने आणि स्पर्शाने अनेकानेक उत्तम आणि शुभ कार्यं घडलेली दिसली. आपल्या अस्तित्वाने त्यांनी जे गुण (पैलू) जगामध्ये पसरवले, त्यांतला महत्त्वाचा गुण (पैलू) म्हणजे त्यांनी लोकांमध्ये पसरवलेली शांतीची भावना. त्यांनी अखिल जगतामध्ये शांतीचा दूत म्हणून केलेलं कार्य त्यांच्या व्यक्तिमत्त्वाबरोबरच त्याचे पडसाद उमटत गेले.

ज्यांच्या अंगात अशी शांतीची भावना असते अशी माणसं विलक्षण करिश्मा बाळगून असतात. कारण अशांमध्ये साध्या भौतिक तत्त्वांपेक्षा अधिक मूल्य असलेल्या तत्त्वांनी पोषण झालेलं असतं. आणि त्यामुळे ते उत्तम नेते बनू शकलेले असतात. नेतृत्व ही सूक्ष्म गोष्ट आहे आणि आजच्या आधुनिक जगात नेतृत्वाची संकल्पना ही बदलत राहिलेली आहे. विवेकानंद म्हणत असत की, आपली मानवी संस्कृती जेवढी प्रगती करेल तितकी आपल्याला आपल्या पूर्वसुरींच्या शिकवणुची गरज पडेल आणि त्यांचं महत्त्व पटेल. कारण आपल्या ऋषी-मुनींची शिकवण ही हजारो वर्षांपासूनच्या मानवाच्या उत्क्रांतीमधून घडत आलेली आहे. त्यामुळे ती अर्थपूर्ण आणि टिकणारी आहे. त्यांच्या शिकवणुकीमध्ये अध्यात्म आणि भौतिकतेची सुरेख सांगड घातलेली आहे. तशा प्रकारचा संयोग घडविण्यासाठी शांततेचा सेतू महत्त्वाचा!

आध्यात्मिक शांती व भौतिक पातळीवरची शांती या नेहमीच बरोबरीने चालतात. एखाद्या युद्धाच्या रथाची जणू ती दोन चाकं असतात. जी त्याला अंतर्गत आणि बाह्य स्वरूपाच्या भरभराटीकडे नेतात. शांतीच्या स्पंदनांनीच मानवाची खरी क्षमता साकार व्हायला मदत होते.

प्रकरण नववे

मनाच्या आत गाभ्यात शांत असा!

धडा : *आपण जर आपल्या मनाच्या आत गाभ्यामध्ये शांत असलो, स्थिर असलो तर आपण बाह्य जगतामध्ये उत्तम कार्य करू शकतो. आणि कठीण परिस्थितीमध्येसुद्धा उत्तम निर्णय घेऊ शकतो. ध्यानधारणा करण्यासाठी मनाच्या गाभ्यात शांत राहणं यासाठी विवेकानंद आग्रही असायचे. आपल्या नेतृत्वाच्या पद्धतीमध्ये या गुणांना आपण अंगीकारायला हवं आणि अनुकरण करायला हवं.*

विवेकानंदांना एकदा विचारण्यात आलं की, तुम्हाला कोणी अत्यंत विखारी पद्धतीने डिवचलं तरी तुम्ही शांत कसे राहू शकता, चिडत कसे नाही? त्यावर विवेकानंदांनी उत्तरादाखल आपल्या प्राचीन परंपरेमधल्या मनाच्या गाभ्यात शांत असण्याच्या वृत्तीचा दाखला दिला. आपल्यामध्ये अशी शांती हवी जी बाह्य जगातल्या घडामोडीमुळे विचलित होता कामा नये. आणि हे केवळ साधुसंतांनी अंगीकारलेलं तत्त्व आहे, असं नव्हे तर अध्यात्माच्या मार्गावर चालणाऱ्या प्रत्येकाचे तत्त्व असायला हवं. मग त्याचं भौतिक उद्दिष्ट किंवा आयुष्यातली परिस्थिती कुठलीही का असेना.

एखाद्या सच्च्या योध्याचा तोच मार्ग असतो. युद्धभूमीवर जर योद्ध्याने आपली मन:शांती गमावली आणि तो उत्तेजित झाला, तर तो आपल्या

तुकडीला विजयाचा मार्ग दाखवू शकत नाही. तुमच्या आतमध्ये असा एक कप्पा हवा जिथे शांती असावी, निवांतपणा असावा. ज्याला कुणीही स्पर्श करता कामा नये. असा कप्पा किंवा अशी जागा जिथे वेदना, पराभव, अपयशाला स्थान नसेल. आणि मग जेव्हा तुम्ही अशा कप्प्याच्या स्रोताचा आधार घेऊन कृती कराल तेव्हा तुम्ही एका गूढार्थाने अजेय असाल. कारण अशा वेळी तुम्ही आपल्या 'स्व'वर अगदी मुळापासूनच नियंत्रण मिळवलेलं असेल आणि तुम्ही आपल्या आतल्या त्या शांततेशी तादात्म्य पावलेले असाल. मग त्यातून ऊर्जेचा एक अफाट प्रवाह मिळतो. जो अनेक प्रकारे समृद्ध करायला मदत करतो.

जेव्हा आपण नेतृत्वगुणांचा विचार करतो तेव्हा हे फार महत्त्वाचं ठरतं. आपल्या रोजच्या जगण्यात आता आयुष्य इतकं गतिमान होऊन बसले की आपण वेळोवेळी मुखवटे घालून वावरत असतो. आपल्या चेहऱ्यावरच्या भावभावना कित्येकदा खऱ्या नसतात. त्या खोट्याच असतात. जेव्हा लोक चिडतात तेव्हा ते बऱ्याचदा खोटं खोटं हसू आणतात चेहऱ्यावर. परंतु विवेकानंदांना अभिप्रेत असणारी मनाच्या आतली शांती ही नव्हे. ती खरं म्हणजे आपल्या खरेपणाची, सच्चेपणाची गोळाबेरीज असते. जिथे आपण आपल्या स्वतःशी प्रामाणिक असतो. ते म्हणजे जसं येशू ख्रिस्तानेही म्हटलं होतं की, आपण आपल्या आतमध्ये वसलेलं ईश्वराचे स्थान शोधणे. आपल्या आत वसलेला तो स्वर्ग शोधणे. अशा प्रकारच्या गूढ शिकवणीतून स्वामीजींनी खूप स्फूर्ती घेतली होती. ते आपल्या बरोबर 'दि इमिटेशन ऑफ ख्राइस्ट' या पुस्तकाची एक प्रत बाळगत असत (त्यांनी कायमच आपल्या जवळ दोन पुस्तकं बाळगली. एक हे उल्लेख केलेलं आणि दुसरं म्हणजे योगवासिष्ठ महारामायण.)

एक गुरू आणि एक साधू म्हणून विवेकानंदांच्या आयुष्यात असे अनेक प्रसंग आले, जेव्हा लोकांनी त्यांना डिवचलं आणि अनेक प्रकारे हल्लाबोल केला; जेव्हा स्वामीजींनी संतप्त व्हायला हवं होतं. (विशेषतः पाश्चिमात्य जगात- जिथे तिथले धर्मगुरू त्यांच्या विरोधात प्रचार करत होते.) परंतु, त्यांच्या मनात खोलवर आदि शंकराचार्यांनी सांगितलेली शिकवण रुजलेली होती. ती म्हणजे : जगामधली सर्व बदलती परिस्थिती ही माया आहे. आणि माया नसणारी जगातली एकमेव गोष्ट म्हणजे तुमच्या आत असणारं सत्य. जे भगवान शंकराच्या कैलास पर्वताइतकं शांत आणि शीतल आहे. आणि ती

शांती, ती शीतलताच महावीर बुद्ध व काही गूढवादी द्रष्ट्यांच्या चेहऱ्यावर झळकताना दिसत असे. तीच ती शब्दांत पकडता न येणारी शांततेची भावना असते, जी तुमच्या भौतिक देहापल्याड जाते. तुमच्या अस्तित्वाच्या आरपार जाते आणि आत्मा किंवा जीवात्मा म्हणजे तेच असणार मुख्यत:! आत्मा किंवा जीवात्मा हा श्रीकृष्णाने भगवद्गीतेत सांगितल्यानुसार आपल्या चित्ताच्या आणि देहाच्या पल्याड असणारी, आपल्या भावभावनांच्याही पल्याड असणारी, सर्वच ज्ञात गोष्टींच्या पलीकडची गोष्ट! आणि तरीही ती तुमच्या अगदी आतपर्यंत झिरपलेली असते. तो तुमच्या अगदी आतल्या खोलीवरचा भाग असतो आणि तिथेच तुमची सर्व ऊर्जा एकवटलेली असते. एखाद्या अदृश्य सूर्यमालेसारखी ती असते. एखाद्या सूर्यासारखी, ज्याभोवती सर्व ग्रह फिरत असतात तशी. जरी हा सूर्य असा असतो जो भौतिक स्वरूपात दिसत नाही, फक्त त्याची ऊर्जा आणि प्रकाश जाणवू शकतो. आणि म्हणून तुम्ही जर तो दिव्य प्रकाश, ती ऊर्जा जाणू शकलात आणि त्या प्रकाशाला, त्या ऊर्जेला तुमच्या देहातून कार्यरत करू शकलात तर तुम्हाला आध्यात्मिक स्थितीमध्ये शिरता येईल. परंतु, सूर्यासारखा हा प्रकाश भाजणारा नसतो. तो शीतल असतो तरीही तेजस्वी असतो!

म्हणून या शीतलतेच्या गुणाने तुमचं व्यक्तित्व व्यापून जावो आणि मग तुम्ही पाहाल की, तुमच्या काम करण्याच्या पद्धतीमध्ये एकाएकी बदल घडून आलाय. त्यामागे महत्त्वाची गोष्ट असते ती आपल्या मानवी पैलूंची गुणवत्ता आपण आपल्या आत जसे असतो त्याचंच प्रतिबिंब आपल्या बाह्य जगातल्या वागणुकीतून आणि स्वभाववैशिष्ट्यातून पडत असतं. म्हणून त्यावर लक्ष देणं जरुरीचं असतं. आणि जेव्हा आपलं लक्ष त्याकडे केंद्रित होतं त्या वेळी त्यामध्ये असणारी आपली सहज वृत्ती आपल्या सर्व कृतींमधून झिरपलेली दिसते. आपण जर इतिहासाचा धांडोळा घेतला तर आढळतं की अत्यंत खडतर प्रसंगांमध्येसुद्धा अशी स्थिर, शांत वृत्ती ठेवू शकणारी माणसं जगात निडर नेते म्हणून पुढे आलेली दिसतात. युद्धभूमीवरही त्या वृत्तीचा प्रत्यय येतो. युद्धादरम्यान मोठमोठ्या जनरल आणि आर्मीच्या नेत्यांमध्ये तो पैलू आढळतो. तसंच थोर कलाकारांमध्ये आणि संशोधकांमध्येही हा गुण बघायला मिळतो. प्रसिद्ध, यशस्वी क्रीडापटूंमध्येही तो गुण दिसून येतो. स्वामी विवेकानंदांच्या आयुष्यातही तो गुण प्रकर्षाने झळाळताना दिसतो. तो समान धागा त्यांच्या व्यक्तित्वात आढळतो. स्वामीजींसमोर कित्येक

संकटं उभी टाकली. ज्या ज्या ठिकाणी धर्माच्या कर्मठ शिकवणुकीवर चालणाऱ्या संस्था होत्या, अशा ठिकाणाहून त्यांना विरोध झाला होता. तरीही ते तरुणाईच्या जोशात त्याला तोंड कसे देऊ शकले. कुठल्याही कठीण प्रसंगातून सुटका न होता, तोंड देत ते सर्वच आव्हानांचा मुकाबला कसे करू शकले, तर कुठल्याही कठीण प्रसंगीसुद्धा चित्त खंबीर, स्थिर आणि शांत ठेवून सामोरं जाणं या गुणांमुळेच स्वामीजी त्या प्रसंगांना सहजी तोंड देऊ शकले.

स्वामीजी नेहमी सांगत की, बाह्य जगतामध्ये भौतिक जगामध्ये ते कितीही कृतिशील असले तरी स्वतःच्या आत मनाच्या खोलीवर ते एका अतिशय खोल अशा ध्यानावस्थेत आणि स्थिर वृत्तीत असत, तसंच कुठल्याही गतिशील माणसाने असायला हवं. मग तो कुठल्याही ध्येयाचा पाठपुरावा करण्यात मग्न का असेना. तेव्हाच खरी यशप्राप्ती होऊ शकते. तुम्हीही एकाच वेळी जर मनाच्या खोलीवर आतमध्ये अशा ध्यानावस्थेत स्थिरता राखून, त्याचवेळी दुसरीकडे बाह्य जगात प्रचंड कृतिशील राहू शकलात तर तुम्ही हाती घेतलेल्या कामांमध्ये यशस्वी व्हाल आणि ते काम उच्च दर्जाचे, उच्च मूल्याचं व ताकदीचं होईल. कारण तुम्ही मुळापासून शक्तिशाली बनला असाल, तुमची पाळेमुळे खोलवर घट्ट रुजली असल्याने तुम्हाला बाह्य जगातले वादळी वारे उद्ध्वस्त करू शकणार नाहीत. जगातले सर्वच धर्म आणि त्यांची शिकवण एकत्रितरीत्या मानवी कृतीमध्ये हीच शिकवण आणि गुण रुजवण्यासाठी धडपडत असतात. विशेषतः याबाबतीत प्राचीन भारतीय वेदान्ताचे योगदान उल्लेखनीय आहे!

प्रकरण दहावे

अधिकार गाजवण्याची वृत्ती सोडल्यास अमर्याद क्षमता मुक्त होतील

***धडा :** जगातल्या सर्वच क्षेत्रांतले, मग ते विज्ञान असो-अध्यात्म असो, कला असो, व्यवसाय असो किंवा राजकारण; सर्वच क्षेत्रांतली थोर मंडळी ही काही अंशी अलिप्त असतात. त्यामुळे त्यांना प्रचंड गतिशीलता आणि ध्येयाकडे बघण्याची स्वच्छ निर्मळ नजर मिळते. विवेकानंदांच्या वेदान्तमार्गाची तीच गुरुकिल्ली आहे.*

विवेकानंदांना एकदा विचारण्यात आलं की, साधू बनण्यासाठी अत्यावश्यक गुण कोणता असावा, तेव्हा उत्तरादाखल विवेकानंद म्हणाले होते की, केवळ साधू बनण्यासाठीच नव्हे तर एखादा उत्तम योद्धा बनण्यासाठी किंवा कुठल्याही क्षेत्रात यशस्वी होण्यासाठी जो मूलभूत गुण अंगी बाणवायला हवा तो म्हणजे कुठल्याही गोष्टीवरची स्वामित्वाची भावना त्यागायला हवी. कारण जेव्हा कोणी असा एखाद्या गोष्टीबद्दल टोकाची अधिकारी वृत्ती किंवा स्वामित्वाची भावना बाळगतो तेव्हा तो आपल्या आत दडलेल्या अमर्याद क्षमता बंधनात अडकवत असतो.

वेदान्ताची मूलभूत शिकवण सांगते की, माणसांमध्ये अमर्याद क्षमता असतात. हे अध्यात्मसंदर्भातलं पहिलं ज्ञान म्हणता येईल. या अमर्याद

क्षमतांना मुक्त, मोकळं करायचं असेल तर स्वामित्वाच्या किंवा अधिकारी वृत्तीच्या सीमांमध्ये बंदिस्त ठेवून कसं चालेल? अशा अधिकारी वृत्तीचं कुंपण हे आपल्यामधल्या वृत्तींना बाहेर जाण्यापासून अटकाव करतं. आपल्यामधली ऊर्जा पूर्ण क्षमतेने बाहेर पडू देणे आणि अतिशय मुक्त व स्वच्छ प्रकारे व्यक्त होणे म्हणजे खरं यश प्राप्त होणे. त्यामुळे अधिकार वृत्ती असणं किंवा नसणं हा नीतिमत्तेचा प्रश्न न ठरता आपण जीवनाकडे पूर्णपणे झोकून देऊन जगण्याचा दृष्टिकोन ठेवतो की त्यामागे थोडी साशंकता ठेवत स्वतःला काहीसं रोखत जगतो. आणि मग असं पूर्णपणे झोकून न देता अर्धनिश्चयी मनाने काही गोष्टी करू गेलो तर आपल्याला फार मोठे यश मिळणं कठीणच!

गूढवादाच्या दृष्टीने पाहता मानवाकडे जाणिवेची प्रचंड शक्ती असते. तीही इतकी की एखाद्याला सामान्य म्हणून गणलं जात असणारासुद्धा त्या जोरावर आध्यात्मिक द्रष्टा किंवा बुद्ध बनू शकतो. एखाद्याला संपूर्ण ब्रह्मांडाचं ज्ञान प्राप्त होऊ शकतं. इतकी ताकद असू शकते आपल्यामध्ये आणि म्हणून बुद्ध हाच विचार मांडत असत की, आपल्या प्रत्येकाच्या आत एक बुद्ध दडलेला असतो. फक्त इतकंच की त्यांना माहीत होतं ते बुद्ध आहेत. परंतु आपल्याला जाणीव नसते आपणही बुद्ध आहोत. म्हणून स्वामी विवेकानंदांना केवळ भारतीय वेदान्ताच्या तत्त्वज्ञानानेच नव्हे तर गौतम बुद्ध, जीझस ख्राइस्ट आणि इतर गूढज्ञानी व्यक्तींनीही प्रभावित केलं होतं.

त्यामुळे एक गोष्ट आरशाइतकी लख्ख असते; ती म्हणजे ईश्वरी चैतन्याने हे ब्रह्मांड जसं सतत धडधडत राहिलेलं आहे, तशीच मानवामधली अमर्याद क्षमतासुद्धा. परंतु त्यावर आपण निर्बंध घालणं म्हणजेच अधिकार गाजवण्याची वृत्ती किंवा स्वामित्वाची भावना ठरते. कारण त्यामुळे आपण वैश्विक ऊर्जेशी आपली व्यक्तिगत ऊर्जा संलग्न करू शकत नसतो. परंतु तेच जर आपण अधिकार गाजवण्याची वृत्ती सोडली तर आपण वैश्विक ऊर्जेशी तादात्म्य पावू शकतो. त्या ब्रह्मांडात सामावलेल्या ऊर्जेला भेटण्यासाठी आपल्या बंद खिडक्या आणि दारं आपण उघडतो. आणि त्याद्वारे आपण आपल्या साधारण मनाची स्थिती बदलतो. आणि तसं केलं तर आपण अधिकाधिक असाधारण गोष्टी मिळवण्याची क्षमता प्राप्त करतो. थोडक्यात, एखादा करिश्मा असणारा नेता किंवा सर्व प्रकारच्या लोकांना बांधून ठेवण्याचं व्यक्तिमत्त्व असणारा नेता बनण्याचा तो पाया असतो. आणि हे तेव्हाच जमू

शकतं जेव्हा एखादा नेता आपल्यामधली स्वामित्व गाजवण्याची वृत्ती आणि पूर्वग्रहांचा त्याग करतो. आणि त्या नेतृत्वाला सकारात्मक व अर्थपूर्ण नेतृत्व मानलं जातं. राजकारणात आपल्याला सामान्यत: असं नेतृत्व दिसत नाही. परंतु असं नेतृत्व की जे आपल्याला एक चांगला समाज देतं. मानवामानवांत चांगुलपणाची भावना रुजवतं आणि व्यक्तिगत पातळीवरही उन्नती घडवतं.

स्वामित्वाची भावना असणं म्हणजे आपलाच आपल्या विचारांशी झगडा असणं. आपण आपल्याच मनाभोवती कुंपण घालत स्वतःला त्यामध्ये बंदिस्त करत असतो. परंतु जग म्हणजे परस्परांमध्ये संबंध आणि संवाद असण्याची जागा असते. आणि तुम्हाला जर इतरांशी संबंध ठेवायचे असतील तर अधिकार गाजवण्याची वृत्ती सोडायला हवी. तरच तुम्ही तुमचं क्षितिज विस्तारू शकता.

तुम्हाला हे अधिक स्पष्टपणे जाणवेल ते नात्यांच्या संदर्भात आपल्या वैयक्तिक संबंधांमध्ये आणि संबंधांमधल्या विसंवादामध्ये ही स्वामित्वाची भावना अडसर ठरते. बहुतांशी नाती संपवण्यामागे हीच विषवल्ली असते. आपापल्या कामाच्या जागी बहुतेक माणसं ही आपल्या स्थानाच्या, पदाच्या आणि त्यामुळे मिळणाऱ्या ताकदीच्या बाबतीत फारच अधिकार गाजवणारी असतात. आणि त्यामुळे तशी माणसं त्यांची क्षमता असूनही त्या योग्य स्थानापर्यंत पोहोचू शकत नाहीत.

यामध्ये महत्त्वाची लक्षात ठेवण्याजोगी गोष्ट म्हणजे सरतेशेवटी आपल्या मालकीचं काहीच नसतं. सर्वच गोष्टी त्या विराट ब्रह्मांडपटलाचा भाग असतात. गूढवादी तत्त्वज्ञान आणि अध्यात्मदेखील हाच दृष्टिकोन देतं. हाच जगाचाही दृष्टिकोन आहे जो तुमचं मन बंधमुक्त करतो आणि तुम्हाला त्या वैश्विक चैतन्याशी व तुमच्या आतल्या 'स्व'शी एकतानता साधण्याला मदत करतो. आणि मग तुम्ही बौद्धिक भानाद्वारे आतल्या आत एक तादात्म्यता अनुभवता. तसं झाल्यावर तुम्हाला वैश्विक जाणिवेचं दान मिळण्याचा मार्ग सापडतो.

विवेकानंदांनी स्वतःचच नव्हे, तर इतरही जणांचेही आयुष्य पलटवण्यास मदत केली. त्या अर्थाने ते महान नेते होते. ते बदल घडवत असताना त्यांना एकूणच मानवधर्माला जवळ करावं लागलं. स्वतःमधली अधिकार गाजवण्याची वृत्ती त्यागावी लागली. आणि स्वतःचं मनोबल व जाणीव विस्तृत करून अशा उंचीवर न्यावी लागली, ज्यायोगे वैश्विक

तत्त्व त्यांच्यायोगे जे इतरांपर्यंत पोहोचवू पाहत होतं ते व्यवस्थित प्रकारे पोहोचवलं जाईल. हे करत असताना ते एक अत्यंत आदरणीय आध्यात्मिक गुरू बनले. एक श्रेष्ठ नेता बनले. म्हणून हे सर्व थोडक्यात सांगायचं तर एखादं छोटं कारणसुद्धा महान परिणाम साधून जातं. आणि बहुसंख्यांसाठी तशी स्वामित्वाची भावना ही त्यांच्या व्यक्तिमत्त्वाची मर्यादा बनते. ज्या क्षणी ते त्या वृत्तीचा त्याग करतात त्या क्षणी ते आयुष्य सकारात्मकतेनं घालवायला सुरुवात करतात. त्यांच्यामध्ये एक दुर्दम्य धैर्य संचारतं. आता त्यांच्या जवळ एक उच्च ध्येय असतं, ते आपली जीवनदृष्टी या जगामध्ये एक चांगली शक्ती म्हणून समोर आणतात. किंवा एक उत्तम मानवतावादी म्हणून समोर येतात. किंवा कुठल्याही क्षेत्रात सकारात्मक योगदान देणारं बनतात. यासाठी माणसाला एका नव्याच दृष्टिकोनाची गरज असते. जिथे लोक अगदी मुक्तपणे संवाद साधतील आणि अगदीच उत्स्फूर्तपणे लोकांच्या अशा आकस्मिक देवाणघेवाणींमधून लोकांचा विरोध मावळायला सुरुवात होते. एकदा तसं व्हायला सुरुवात झाल्यावर मग सुयोग्य संवाद, सहवेदना आणि समजुतींना चालना मिळते. आणि त्यातून मग उच्च प्रतीचे यश व कृतकृत्यता लाभते. कारण अशा वेळी आपण इतरांच्या नजरेत आकर्षक बनतो. इतकंच नाही, तर आपण आपल्या 'आत' संक्रमित करतो. त्याचेही कारण आपण त्या वेळी मुक्त आणि जगासाठी काम करायला कायमच उपलब्ध असणारे बनतो. आपल्याच आत स्वकेंद्रित असे स्वामित्व गाजवू पाहणारे उरत नाही.

प्रकरण अकरावे

पौर्वात्य आणि पाश्चिमात्यांचा संगम

***धडा :** आपल्या काळाच्या पुढे असणाऱ्या स्वामी विवेकानंदांनी एकाच नाण्याच्या दोन बाजू असणाऱ्या भौतिक गोष्टींचा पाठपुरावा आणि गुरुत्वाचा शोध या दोन्ही गोष्टींचा फार सुरेख मेळ साधला होता. त्या अर्थाने त्यांनी पौर्वात्य आणि पाश्चिमात्य संवेदनांचा मानवी इतिहासात प्रथमच संगम साधला होता. एखाद्या नेत्याची ऐहिक आणि भौतिक बाबींमधली परिपूर्ती आणि त्याचबरोबर मूल्यनिर्मिती ही तो नेता जमिनीवर कितपत पाय रोवून उभा आहे आणि आध्यात्मिक मूल्यं किती त्याच्यात रुजलेली आहेत यावर पोसली जाते आणि वृद्धिंगत होते.*

स्वामी विवेकानंदांचे संपूर्ण कार्य हे पौर्वात्य आणि पाश्चिमात्यांचा संगम घडवण्यात दिसून येतं. ते शब्दशः तसं नव्हे तर विचारांचा संगम अशा अर्थाने. ते नेहमी म्हणत असत की, पौर्वात्य मंडळींनी पाश्चिमात्यांकडून भौतिक आणि वैज्ञानिक क्षेत्रातली प्रगती शिकावी. आणि पाश्चिमात्यांनी पूर्वेकडच्या मंडळींकडून अध्यात्म आणि गूढवादी तत्त्वज्ञानाचा अभ्यास करावा. म्हणून त्यांच्या कल्पनांच्या आणि विचारांच्या या प्रांतामध्ये आध्यात्मिक आणि गूढवादी तत्त्वांची भौतिक व विज्ञानवादी तत्त्वांवर छाप पडलेली दिसते. आणि उलटपक्षीही तसेच! एकावाचून दुसरं क्षेत्र पांगळंच.

आपण जर फक्त आयुष्यातल्या भौतिक सुखांकडेच पाहिलं तर जीवनाच्या एकूण गुणांच्या आणि कार्यकारण भावाकडे आपलं लक्ष जाणार नाही. तेच दुसऱ्या बाजूने बघता आपण जर विज्ञान आणि भौतिकाची कास सोडली तर आपल्या कल्पना प्रत्यक्षात आणणं कठीण.

त्यामुळे कल्पना अशी आहे की हा संगम हा विचारांच्या पातळीवर व्हावा. तरच आपण भौतिक आणि आध्यात्मिक अशा दोन्ही क्षेत्रांचा सच्चा संगम निर्माण करू शकू. आणि ही दोन्ही क्षेत्रं भलती शक्तिशाली! तरी फारच कमी लोकांना त्यामध्ये समतोल राखणं शक्य होतं. आध्यात्मिक आणि गूढवादी बाबींबद्दल लोकांच्या मनात भयंकर गोंधळाची भावना असते. आणि साहजिकच आहे ते. कारण अध्यात्माच्या नावाखाली प्रचंड मूर्खपणा करणारे भोंदू बाबा आणि लुच्चे व्यापारी असतात. दुसरीकडे कित्येक विद्वान आणि पंडित मंडळींमध्ये गूढवादी गोष्टींबद्दल संशय असतो, कायमच. त्यांची स्वतःची काही ठोस मतं असतात बनलेली त्याबद्दल. परंतु, खरं पाहता गूढवादी गोष्टींचं महान सत्य आणि सुप्त गोष्टी जाणून घेण्यासाठी, समजून घेण्यासाठी मोकळ्या मनाने सामोरे जायला हवं. आणि म्हणून स्वामी विवेकानंदांचे कार्य थोर. कारण त्यातून माणसाचं अस्तित्व आणि त्याच्या मर्यादा व सर्व प्रकारचा संकुचितपणा काढून टाकून त्यांची जाणीव विस्तृत करण्याचं काम होत होतं. यशस्वी व्यक्ती असण्याचं तेच द्योतक आहे. आपल्या आयुष्याला अर्थ देणे आणि मूल्यवृद्धी करणे त्यालाच म्हणतात.

केवळ भौतिक, ऐहिक सुख मिळवणे हा विचार आपल्याला खऱ्या समाधानाच्या मार्गावर नेत नाही. केवळ प्रगाढ शांतीचा विचार आपल्याला काही महान गोष्टींची प्राप्ती करून देऊ शकत नाही. त्यामुळे स्वामी विवेकानंदांच्या शिकवणीतून या संगमाविषयी जे सांगितले गेले त्याला महत्त्व आहे. आणि त्यांनी त्या संगमाविषयी अशा काळात सांगितलं जेव्हा पौर्वात्य आणि पाश्चिमात्य संस्कृती एकमेकांकडे पाठ फिरवून असत, असं म्हटलं जाई. किंबहुना, किप्लिंगच्या प्रसिद्ध कवितेत अशाच ओळी आहेत – 'पूर्व ती पूर्व, पश्चिम ते पश्चिम, आणि त्या दोघी कधीही भेटणार नाहीत!' म्हणजे तो काळ– ते युग असं होतं जेव्हा ही दोन विश्वं, या दोन विचारधारा एकत्र येणं शक्यच नव्हतं. परंतु विवेकानंदांनी त्यासाठी बहुपरिमितीय दृष्टिकोन समोर आणला. ज्यामुळे त्या दोन्ही विचारधारा जवळ येऊ शकल्या. चमत्कार बघा की, साक्षात निकोला टेस्लासारखा अचाट

मोठा संशोधक आणि शास्त्रज्ञसुद्धा विवेकानंदांचा भक्त बनला. किंबहुना, स्वामी विवेकानंदांच्या शिकवणुकीवर आधारित अशा 'प्राण', 'आकाश' अशा निसर्गाच्या मूलभूत घटकांना टेस्लाने आपल्या ऊर्जेसंबंधी संशोधनात आणि लिखाणात स्थान दिलं. अणुयुगाच्याही आधी स्वामी विवेकानंदांनी अणूच्या सिद्धान्तावर भाष्य केलेलं आहे. ते आपल्या विचारांनी काळाच्या कितीतरी पुढे होते. खूप प्रसिद्ध व्यक्ती जसे सारा बर्नार्ड, एमा कॅल्व्ह, जे. डी. सॅलिंगर आणि इतर हे विवेकानंदांचे चाहते होते.

त्यामुळे आपण पाहतो की, विवेकानंद हे जणू एक सेतू होते. आणि त्यांचे संपूर्ण कार्य हे आपल्या आयुष्याची दोन्ही क्षेत्रं जोडण्यासाठी मोठं योगदान देणारंच होतं. म्हणून आपल्या 'स्व'संबंधी घेण्यासारखा धडा म्हणजे आपल्याला त्या दोन्ही क्षेत्रांचा समन्वय साधायला हवा. आणि आपल्या 'स्व'साठी त्या दोन्हींमध्ये जास्तीतजास्त जाणीव निर्माण करायला हवी. ज्यामुळे त्या दोन्ही क्षेत्रांत भौतिक तसेच आध्यात्मिक क्षेत्रात भरभराट प्राप्त होईल. आपण या दोन्ही क्षेत्रांत भरभराट करू तेव्हाच आपल्याला खरी यशप्राप्ती झाली असं म्हणता येईल.

जेव्हा भौतिक तत्त्वं आणि गूढवादी तत्त्वांची लयबद्ध गाठ पडेल तेव्हा आपल्याला खऱ्या समृद्धीप्राप्तीचा चमत्कार घडताना दिसेल. यामागची कल्पना हीच की आपण आपल्या जाणिवेच्या गुणवत्तेत बदल घडवून अशा पातळीवर न्यायचं की आपण स्वतःला पूर्ण समाधानी मानू शकू. आणि आपल्याला जीवनात अधिक साधना व ध्यानमग्नता मिळेल. पण ते साध्य करताना भौतिक प्रगतीचा शोध सोडून द्यायचा नाही. पृथ्वीतलावरची सर्वांत प्रभावशाली बदल घडू शकणारी शक्ती म्हणजे आपल्या जाणिवेची शक्ती. स्वामी विवेकानंद या आपल्या जाणिवेकडेच अधिकाधिक लक्ष पुरवण्याकडे जोर देत असत. आधी ते कार्य, नंतर भौतिक जगताकडे लक्ष द्यायचं. तुम्ही जेव्हा आपल्या 'स्व'च्या शहाणपणाचा शोध घ्याल तेव्हा जीवनाचा खरा अर्थ, खरं मूल्य कळून येईल. भौतिक आणि आध्यात्मिक जगण्यामागेसुद्धा तो शोध हवा. कारण त्यामुळेच तुम्ही तुमच्या आतल्या गुणांच्या प्रचंड भांडाराकडून बरंच काही मिळवू शकाल.

तसं पाहायला गेलं तर फ्रॉईडने बराच पुढच्या काळात जे मानसशास्त्रीय विश्लेषण मांडलं होतं त्यापेक्षाही अधिक समग्र विचार विवेकानंद यांनी त्याआधीच मांडला होता. कारण विवेकानंद म्हणत होते, की आपण केवळ

मन आणि मन करत असणाऱ्या कल्पना आणि विचार एवढ्याच बाबींचा विचार न करता खरं म्हणजे मनाच्याही पल्याड असणाऱ्या अवकाशाचा विचार करायला हवा. वेगळ्या शब्दांत सांगायचं तर आपली सर्जनशील जाणीव जिथे असते ते अवकाश जे आपल्या मध्येच असतं आणि आपली बुद्धीही केवळ त्याचं एक प्रतिबिंब म्हणता येईल. म्हणजे आपण आपल्या अस्तित्वाच्याही खोलवर जात त्याचा शोध घेणं! आणि जेव्हा आपण अशा अस्तित्वाच्या अथांग खोलीचा शोध घेऊ, तेव्हा आपल्याला तक्षणी कळून चुकेल. खरा आनंद, चित्ताची प्रसन्नता आणि संतोष! जेव्हा आपण त्या आनंदावस्थेतून काम करू तेव्हा आपण जे जे करू ते एका उत्कट भारलेपणातून आलेलं असेल. एका उन्मनी अवस्थेला भिडणं असेल आणि जेव्हा आपण त्या संपूर्ण आनंदमयी अवस्थेत पूर्ण चित्ताने झोकून देऊन काम करू तेव्हा अशी एक अवस्था गाठली जाईल जिथे रोजच्या त्याच त्या साधारण कामापेक्षा खूपच उच्च प्रतीची निर्मिती होईल. अगदी असाधारण अशी! आणि तेच जर महान नेत्याचं गुपित असेल व आयुष्याच्या प्रत्येक टप्प्यावर मिळणारं यश असेल.

आपलं आयुष्य हे भौतिक किंवा आध्यात्मिक या दोनपैकी एकाच गोष्टीकडे ध्यान देणं नसतं, तर ते त्या दोन्हींमध्ये समतोल साधणं असतं. आपण जर एका गोष्टीसाठी त्या दुसऱ्या गोष्टीचा त्याग केला तर लक्षात येईल की, आपण आपली खूपच ऊर्जा वाया घालवलेली आहे. आपल्या जाणिवेत आपण गूढवादी तत्त्वानं चालायला हवं. पण त्याच वेळी आपण आपल्यामधली सर्जनशीलता ही कुठल्यातरी अंधूक अस्पष्ट कल्पनेमागे वाया घालवू नये. आपण आपल्या भौतिक क्षेत्रातल्या कामकाजात आपली सर्जनशीलता उपयोगात आणणं केव्हाही चांगलंच. विवेकानंद नेहमी आपल्या बरोबरच्या साधूंना, आपल्या संन्यासी अनुयायांना याबद्दलच सांगत असत. ते नेहमी सांगत की, मला फक्त दहा असे अनुयायी हवेत जे माझं काम भौतिक जगतामध्ये करतील आणि मग ते त्या केवळ दहा मंडळींमधूनही भौतिक जगतामध्येसुद्धा खूप चांगलं काम करून दाखवू शकतील. म्हणून त्यांनी आपल्याला माणुसकीच्या भावनेतून हे दाखवूनही दिलं होतं की भौतिक पातळीवरचं काम हे आध्यात्मिक कार्याइतकंच महत्त्वाचं आहे. म्हणून आपल्या चमूमधले जे लोक आध्यात्मिक बाबींवरच जोर देण्यासाठी आग्रह करायचे त्यांना विवेकानंदांचं सांगणं असतं की ते जर त्यांच्या

बरोबरच्या मंडळींना मदत करत नसतील तर त्या आध्यात्मिक बाबीला काय अर्थ उरेल? तळागाळातल्या उपेक्षित मंडळींना उन्नयनाची दिशा देऊन स्वामी विवेकानंद यांनी तळागाळातल्या मंडळींना बळ दिलं होतं. त्यामुळे त्यांची काम करण्याची पद्धत ही फक्त 'विचारधारासंमत' किंवा 'जागृत/जाणिवे'च्या पातळीवर न राहता उलट कृतीअनुसार ठरली आणि अशा प्रकारे भव्य जाणीव व गतिशील कृती यांची सांगड ही यशस्वी जीवनासाठीच बीज म्हणता येईल.

प्रकरण बारावे

आवश्यक ते करा,
अनावश्यकाचा त्याग करा

__धडा :__ तुम्ही जे काही काम करत असाल ते करत असताना शहाणपणा, धैर्य, सहानुभूती, आनंद आणि भक्ती यांसारख्या मूलभूत गुणांकडे लक्ष द्या. अशा आवश्यक गोष्टींचं पोषण केलं की तुमच्या विचार जाणिवा अगदी लख्ख व स्वस्थचित्त राहतात. त्यामुळे तुम्ही अकारण चिंतेमध्ये किंवा निरुपयोगी गोष्टींमध्ये शक्ती वाया घालवत नाही. कुठल्याही नेत्यासाठी ही गोष्ट महत्त्वाची. विशेषत: एखाद्या मोठ्या आव्हानाला तोंड देताना यशस्वी नेतृत्वासाठी ही कळीची गोष्ट ठरते. तसेच तुमच्या स्वतःच्या परिपूर्तीसाठीदेखील.

विवेकानंद जी महत्त्वाची गोष्ट सांगत असत, ती म्हणजे संन्यासी असो वा एखादा योद्धा- त्याचं महत्त्वाचं वैशिष्ट्य म्हणजे दोघेही अत्यावश्यक गोष्टींवरच नेहमी लक्ष केंद्रित करतात. अनावश्यक गोष्टींना आयुष्यात थारा देत नाहीत. तसं केल्याने आपल्याला आयुष्यात महत्त्वाच्या असणाऱ्या गोष्टींसाठी आपली ऊर्जा राखून ठेवता येते आणि हे एका अर्थी फार मजेशीर आहे. कारण विवेकानंदांची ब्रह्मचर्याविषयी हीच कल्पना होती की ऊर्जेचा साठा करणे जेणेकरून तुम्ही तुमच्या क्षमतेचा पूर्ण वापर करण्याच्या मार्गाकडे जाता.

त्याचा अर्थ असा नाही की, विवेकानंदांनी सर्वांनाच 'ब्रह्मचर्याचे पालन करा', असं म्हटलं, परंतु त्यामागे भावना हीच होती की त्याच्या सर्वोच्च पातळीवर माणसाचं आयुष्यातलं कार्य हे तो आयुष्यातून किती अनावश्यक गोष्टींना फाटा देतोय त्यावरच अवलंबून असतं. त्यानंतरच एखादा माणूस आपल्या पूर्ण क्षमतेला न्याय देऊ शकेल. अन्यथा, तो एका अंतहीन चक्रात अडकून राहील. कारण माणूस समाधानी कधीच नसतो, तो कायमच आपल्या सामान्य इच्छा आणि आकांक्षा बरोबर वागवत असतो. आणि त्यांना बरोबर घेऊनच उच्च पद, जास्तीचा पैसा वगैरेंच्या मागे धावत असतो.

अगदी या विचारांच्या मुळाशी जाऊन बघितलं तर तुम्ही तुमचे प्रयत्न आणि ऊर्जा अशा जबरदस्त शक्ती एकवटायच्या की त्यापुढे कशाचाही निभाव लागता कामा नये. आणि याचा शोध महत्त्वाचा! भगवद्‌गीतेमधूनही श्रीकृष्णाने अर्जुनाला युद्धाचा हाच मार्ग सांगितलाय. विवेकानंदांना या विचाराने फारच प्रभावित केलं होतं म्हणून ते म्हणतात की, आपलं मन बिनमहत्त्वाच्या गोष्टी सतत समोर नाचवत, संशय उत्पन्न करत असतं. आणि या दुष्टचक्रामुळे आपण आपला आत्मविश्वास गमावून बसतो. विवेकानंदांनी हाती घेतलेले कार्य हेच होतं की लोकांच्या मनात तसा आत्मविश्वास निर्माण करणे जेणेकरून प्रत्येक जण आपल्या मनात उभी राहिलेली संशयाची भिंत तोडून प्रगती करेल. एकदा का ती भिंत तोडली की सगळचं शक्य वाटू लागतं. एखाद्या नेत्याचं तेच तर काम असतं. नेत्याला आपल्या अनुयायांच्या मनात प्रगाढ आत्मविश्वास निर्माण करायचा असतो. पण ते तेव्हाच शक्य होतं जेव्हा त्याच्या स्वतःच्या मनात स्वतःबद्दल दुर्दम्य आत्मविश्वास असतो.

नेतृत्वगुणांपैकी सर्वांत महत्त्वाचा पैलू म्हणजे पूर्णतः स्वच्छ असणारे मन. कुठल्याही बिनमहत्त्वाच्या गोष्टींनी अजिबात न झाकलेले असे मन. हे फार महत्त्वाचं आणि लक्षात ठेवण्याजोगं. आपल्यासाठी महत्त्वाचं काय आणि बिनमहत्त्वाचं काय हे ओळखून त्यापायी वाया जाऊ शकणारे प्रयत्न व ऊर्जा वाचवणं हे जमायला हवं. आपल्या पुढे यक्षप्रश्न हाच असतो की आपण नको त्या बिनमहत्त्वाच्या गोष्टी डोक्यावर वागवताना कायम त्यामध्येच आपली ऊर्जा वाया घालवत असतो. बिनमहत्त्वाच्या फुकाच्या विचारांमध्ये गुंतणे हा आपल्याकडची ऊर्जा वाया घालवण्याचा सर्वांत सोपा हमखास मार्ग. आपली ऊर्जा ही आपल्या बिनमहत्त्वाच्या विचारांच्या तुकड्यात विखुरणे, भूतकाळात काय घडलं त्यामध्येच गुंतून पडणे आणि

भविष्यात आपलं कसं होईल, या विचारांमध्येच वाया जात असते. आपण जर ते सगळं बाजूला सारून, त्याचा त्याग करून वर्तमानात जगायला सुरुवात करू शकलो, जे आपल्यासाठी सर्वांत जरुरी असतं; आणि जे आपल्याला शक्यही असतं तर मग आपल्यासाठी आयुष्याचे सर्व दरवाजे उघडले जाऊ शकतात. आपण आपल्या मुळाशी घट्ट जोडलेले राहतो. मग समोर येणाऱ्या कुठल्याही आव्हानाला आपण अतिशय सहजतेने तोंड देऊ शकतो. तेही मनावर दडपण न घेता.

बहुतांशी लोक ही मनात एक प्रकारची भीती बाळगून, दडपण घेऊन अडथळ्यांना तोंड देत पुढे जातात. पण कुठल्याही योद्ध्याचा तो मार्ग नसतो. योद्धा हा आपल्या मनातल्या सर्व कुशंकांना वेळीच काढून टाकत असतो. जेव्हा तुम्ही मनातली आंदोलनं आणि विचारांच्या वावटळींना काढून दूर फेकता तेव्हा तुम्हाला तुमच्या यशाकडे जाण्याचा मार्ग लख्ख दिसू लागतो. श्रीकृष्ण अर्जुनाला सतत हेच सांगत असतात की आपल्या मनातली खळबळ पूर्ण काढून टाक. मगच मनाची आणि हृदयाची पूर्ण धारणा आणि गुणवत्ताच बदलून जाईल. तुझ्या मनात धैर्याची ऊब निर्माण होईल. त्यामुळे हे सर्व खरं पाहता हे साध्य होतं, जेव्हा आपण आपल्या मनात भलतीसलती भीती, विचार, कल्पना, सिद्धान्त यांना थारा देत नाही. उलटपक्षी, त्या सर्वांना एका मर्यादेपलीकडे मनातून काढूनच टाकतो. हे करण्यासाठी तुम्हाला तुमच्या मनाचा दृढ निश्चय करावा लागतो हे मात्र खरं! ही सर्वस्वी तुमची निवड असते, तुम्हाला तुमच्या यशप्राप्तीच्या मार्गाकडे नेणारी.

यामध्ये लपलेलं गूढ हे की तुम्ही समजून घेत नक्की तुमच्या आत लपलेल्या अत्यावश्यक मन:शक्तीला आणि आत्म्याच्या ताकदीला तुम्ही दिमाखात चमकवणे. पण ते तेव्हा शक्य होतं जेव्हा तुम्ही तुमच्या विचारांच्या आणि कल्पनांच्या जंजाळात तुमच्या 'स्व'ला अडकवून ठेवत नसता. ते जे खरं सत्य असतं ते तुमच्या कल्पनेच्याही पल्याड असतं. तुमची खरी ताकद ही तुमच्या आत्म्याच्या अथांगतेमध्ये असते. आणि त्या ताकदीला मूर्त स्वरूप देण्यासाठी आवश्यकता असते ती तुमच्या मनात असणाऱ्या अनावश्यक विचारांना एखाद्या आगीत जाळून नष्ट करणे. तुम्हाला ठाऊक असतेच की प्राचीन हिंदुत्वज्ञानामध्ये अग्नीला किती महत्त्व होतं ते. त्यामुळे या ठिकाणी हे अग्नीचं रूपक आपल्या मनात असणाऱ्या अनावश्यक आणि बिनमहत्त्वाच्या विचारासाठी योग्य ठरते. म्हणून अग्नीसारखं बनून अनावश्यक

विचारांना जाळून नष्ट करा. त्यामुळे तुमच्या जवळ केवळ आवश्यक तेच महत्त्वाचे जरुरी असणारे शिल्लक राहील. आणि त्यामुळे तुम्ही तुमच्या जवळ असणाऱ्या प्रवाही संतत ऊर्जाधारेसह काम करू शकाल. जेव्हा तुम्ही असा नैसर्गिक प्रवाह प्राप्त कराल तेव्हा तुम्ही आपसूकच तुमच्या वैश्विक प्रारब्धाच्या गाभ्याजवळ जाऊन पोहोचाल.

आयुष्यातली महत्त्वाची धार्मिक गुणस्थिती म्हणजे तुम्ही अनावश्यक गोष्टी त्यागणे. त्यायोगे तुम्हाला आकलन होणे की आपल्या 'स्व'चे अस्तित्व ही एक फार मोठी संधी आहे आणि जी खरं म्हणजे एक गूढच आहे. आणि याच वैशिष्ट्यपूर्ण अनुभूतीमधून तुमच्यामध्ये शुद्ध आणि चैतन्यपूर्ण ऊर्जा जागृत होईल. आपल्या सर्व प्राचीन अध्यात्ममार्गांनी याच गोष्टीवर जोर दिला आहे, की आपण सर्वज्ञानी असल्यासारखे नव्हे तर उलट एखाद्या लहान बालकागत आपल्या भोवतालच्या सृष्टीकडे व जीवनाकडे विस्मयाने बघायला शिकणे. आणि त्याचबरोबर हेही शिकणे की सर्व गोष्टींची उत्तरे आपल्याच कल्पनेने मिळतात, असं नाही. ती उत्तरंही अध्यात्माच्या विशाल प्रांतात सूक्ष्मपणे असतात. आपण जेव्हा अनावश्यक गोष्टींचा त्याग करून जेव्हा आपलं मन मोकळं करू तेव्हाच आपल्याला ती उत्तरं माहीत होऊ शकतात. तेव्हाच आपल्यामध्ये अवकाश आणि अथांगता शोधता येते. तेव्हाच आपल्यामधल्या त्या अवकाशात उत्स्फूर्त ऊर्जा भरली जाते जी आपल्याला मोठ्या यशोमार्गाकडे घेऊन जाते. आपल्यामधलं आवश्यक असणारं सत्य जगायला शिका आणि समाजाने आपल्या मनामध्ये ज्या भ्रामक व खोट्या कल्पना भरवल्या असतील त्यांच्यापासून दूर रहा. जेव्हा तुम्ही आपल्या विचारांच्या पातळीवर अनावश्यक ते सर्व नष्ट कराल तेव्हा तुमच्यामधली सुप्त शक्तीचं पुनरुत्थान होईल.

प्रकरण तेरावे

सर्वच गोष्टींचं स्वागत करा

***धडा :** आपल्या आयुष्यात घडणाऱ्या बदलाचे स्वागत करा. बदल हा निसर्गनियम आहे. त्यासाठी आवश्यक ती मनोवृत्ती घडवणं आपल्या हातात असतं. त्याऐवजी त्यामुळे भारावून जाऊ नका. सध्याच्या थैमान घालणाऱ्या साथीच्या रोगांच्या बेभरवशी अर्थव्यवस्थेच्या आणि पर्यावरणीय ऱ्हास होण्याच्या युगामध्ये हा धडा मोलाचा आहे. स्वामी विवेकानंदांनीसुद्धा आपल्या आयुष्यात अनेक वैज्ञानिक, भूराजकीय, सामाजिक आणि वैश्विक बदल पाहिले. परंतु, त्या सर्व बदलांना त्यांनी यशस्वीपणे तोंड दिलं. आणि त्यातून कसं तावून-सुलाखून निघायचं, त्याचा आदर्श आपल्या समोर ठेवला. आपल्या भोवतालची परिस्थिती स्वीकारून आणि त्या परिस्थितीचा आपल्यामधील आंतरिक ऊर्जा व सर्जनशीलता जागृत करण्यासाठी वापर करा. खऱ्या यशस्वी माणसाचं तसंच यशस्वी नेत्याचं ते द्योतक आहे.*

विवेकानंद सांगायचे की, ज्या माणसाला आपल्या जीवनात कुठल्याही परिस्थितीला हाताळता येतं तो खरा अध्यात्ममार्गी. वेगळ्या शब्दांत सांगायचं तर गूढवादानुसार व अध्यात्माच्या शिकवणीनुसार आपल्या आयुष्यात जे जे वाढून ठेवलं असेल ते ते स्वीकारता यायला हवं. अशा

प्रकारे स्वीकारता आलं तरच आपल्यामध्ये स्थित्यंतर घडू शकतं. म्हणून ऋषी-मुनी व योद्ध्याचं शौर्य हे परिस्थितीला निडरपणे तोंड देणे इतकंच नसून आपल्या समोर जे काही उभं ठाकेल त्यासाठी स्वतःला सिद्ध ठेवून, तयार ठेवणं यामध्ये आहे. आपल्याला ब्रह्मांडाने कुठल्याही गोष्टींचा सामना करण्याचं पुरेसं बळ दिलेलं असतं. आणि अनेक वेळा आणीबाणीच्या परिस्थितीमध्ये आपली सर्वोत्तम गुणवत्ता झळाळून वर उठते. आणि म्हणून हा कळीचा मुद्दा ठरतो. अध्यात्मासंदर्भातच नव्हे, तर नेतृत्व आणि जीवनातल्या यशप्राप्तीसाठीही!

खरं पाहता जेव्हा तुमच्यामध्ये हा अभिनिवेश किंवा पैलू असेल तेव्हाच तुमच्यामधला नेतृत्वगुण आणि यशाची क्षमता यांची तुम्हाला जाणीव होते. अन्यथा, तुमचं अध्यात्म हे अगदीच वरवरचं राहतं. त्याला अर्थ नसतो. तुमच्यामधल्या धैर्यासंबंधीचं हे सर्व असतं. परंतु त्याचबरोबर तुमच्या स्वतःमध्ये असणाऱ्या कुठल्याही गोष्टीशी सामना करू शकण्याच्या ताकदीविषयी तुम्हाला असणाऱ्या जाणिवेशीही निगडित असतं. जर तुम्ही त्याबद्दल खंत करत बसला नाहीत तर आणि म्हणून तुम्हाला आयुष्यात सामोरे जावं लागणाऱ्या प्रसंगांबद्दल तक्रारीचा सूर न लावणे, धीर न सोडणे किंवा विचलित न होणे महत्त्वाचे. आपली पूर्ण क्षमता वापरून सर्व अडथळे पार करणे महत्त्वाचं. ब्रह्मांडाप्रति कायमच कृतज्ञभाव बाळगा. कारण ते सतत तुम्हाला नवनवीन संधी देत राहील आणि तुम्ही स्वतःची क्षमता वापरू शकाल, असे दुर्मीळ क्षण समोर आणत राहील आणि समोर येणाऱ्या गोष्टींचा तुम्हाला सामना करता येईल.

भोवतालच्या सर्वच सृष्टीमध्ये ईश्वरी अंश किंवा सर्वोच्च शक्ती भरून राहिली आहे, हे समजणं म्हणजे अध्यात्म. वेदान्तामध्ये त्याचं वर्णन ब्रह्माच्या व्याख्येतून मिळतं. विवेकानंदांच्या दृष्टीतून उपनिषदांच्या या प्रमुख शिकवणीला प्राधान्य मिळतं, जी सांगते की आपल्या प्रत्येकाच्या आत अशी एक पूर्णत्वाची शक्ती वास करते जिच्यावर बाह्य कुठल्याही परिस्थितीचा परिणाम होत नसतो. आणि हाच विचार लोकांच्या कल्याणासाठी व उत्थानासाठी व्हावा याकरिता विवेकानंदांनी रामकृष्ण मिशन या संस्थेची स्थापना केली. या संस्थेत काम करणारे साधू हे आयुष्यात समोर येणाऱ्या परिस्थितीला अगदी सहज स्वीकारत काम करणारे असतात. आणि त्या सहजतेमुळे समोर येणाऱ्या परिस्थितीला ते अगदी गळामिठी देत आपलंसं

करू शकतात. हा काहीसा योद्ध्याचा पैलू म्हणता येईल, जिथे शत्रूचा विचार आपल्याला आजपर्यंत अजिबातच विचलित करू शकत नाही. खरा योद्धा हा आपल्या प्रतिस्पर्ध्याकडे आपल्या स्वतःमधल्या उणिवा दूर करून आपल्यातली सर्वोत्तम गुणवत्ता प्रकट करण्याची संधी म्हणून बघतो. 'आलेल्या प्रत्येक क्षणात जगा'. तसंही पुढे येणारा प्रत्येक क्षण हा बेभरवशीच असणार आहे. म्हणून आलेल्या प्रत्येक क्षणात जगणं म्हणजे कुठल्याही चिंतेने किंवा काळजीने ग्रस्त न होता ठामपणे आत्मविश्वासाने आपल्या पायावर उभे राहणं. आणि एकदा का असं ठामपणे आपल्या पायावर उभे राहणं जमलं की मग कुठलीही बाह्य शक्ती तुम्हाला तुमच्या अंतरीच्या तेजाला भंग करू शकत नाही.

म्हणून जेव्हा तुम्ही कुठल्याही प्रसंगाला सामोरे जाता तेव्हा ही आपली आंतरिक तेजाची गुणवत्ता ध्यानात ठेवायची. ती तुम्हाला सर्व प्रकारच्या भावनिक, मानसिक आणि आध्यात्मिक पातळीवर टीका करायला मदत करते. तुम्हाला जेव्हा समोरच्या गोष्टीचं सत्य रूप माहीत असतं, तेव्हा तुम्ही त्याला कसं तोंड देता हे ठरतं. तुम्ही तसं करताना समोरच्या आव्हानांना त्यातल्या धोक्यांना आणि स्वतःच्या असुरक्षित बाजूला अगदी मोकळेपणानं सामोरे जायला हवं. तेव्हाच तुम्ही ताकदवान बनू शकता. तेव्हाच एक नेता म्हणून लोकांचा तुमच्यावरचा विश्वास दृढ होतो. आध्यात्मिकदृष्ट्या तुमच्या जीवनाचे तत्त्व हेच असायला हवं की आलेले क्षण पुरेपूर जगणे. मग काहीही होवो!

हे लक्षात ठेवणं जरुरीचं की प्रत्येक क्षण म्हणजे त्या सर्व परिस्थितीमध्ये त्या अनंत ब्रह्मांडाने चालवलेला खेळ आणि ते अनंत तुमच्या समोर आणणारी परिस्थिती ही कधी अनुकूल असेल तर कधी प्रतिकूल; परंतु गुणवादाचा अभ्यासक हे जाणतो की प्रत्येक क्षणामध्ये त्या दैवी सत्याची प्रचिती मिळत असते. आणि जेव्हा तुम्ही याच समजुतीने प्रत्येक क्षणाकडे बघता तेव्हा तुमच्या आत दडलेलं सत्य तुमच्या आचार-विचारांमध्ये प्रकट होतं. जेव्हा असं प्रकटीकरण व्हायला सुरुवात होते तेव्हा कुठलीही गोष्ट तुम्हाला तुमच्या संपूर्ण क्षमतेने फुलण्यापासून थांबवू शकत नाही. यश म्हणजे हेच खरं असतं!

म्हणून कुठल्याही गोष्टीला तोंड देताना चिंता न बाळगता आपलं पूर्ण मन व चित्त एकवटून सामोरे जा. कारण त्यातच खरं धैर्य लपलेलं असतं.

जपानमधल्या सामुराईच्या शब्दांत सांगायचं तर कधीकधी शहाण्यासारखं न वागणंच चांगलं असतं. मग असा शहाणपणा सोडून केलेला वेडेपणाच तुम्हाला इतर कोणी जायलाही धजत नाहीत अशा ठिकाणी खुशाल घुसायचं बळ देतो. आयुष्याकडे बघण्याची हीच एक जरुरी आणि गतिमान वृत्ती आहे. तुम्ही अशा ठिकाणी स्वतःला इतक्या त्वरेने आणि मनोगतीने झोकून द्यायचं की भीतीला तुमच्या मनात शिरायला किंवा रस्त्यात अडथळा आणायलाही वेळ मिळू नये. अनेक महान नेत्यांची आणि यशस्वी व्यक्तींची हीच एक गुणवत्ता असते, पैलू असतो.

प्रकरण चौदावे

आपल्या अहंकारावर नव्हे, तर व्यक्तिमत्त्वावर भरवसा ठेवा

धडा : *स्वामी विवेकानंदांनी अहंकारी नसण्याच्या स्थितीची आध्यात्मिक ताकद आणि तिचं सौंदर्य फार सुरेखरीत्या सोदाहरण स्पष्ट केलं होतं. अहंकार म्हणजे खरं तर समाजाने आपल्या बनवलेल्या धारणेला आपण देत असलेली प्रतिक्रिया. मूलत: आपण जीवनामध्ये एक चैतन्याने भरलेला जीव असतो. आपल्यामधला अहंकार जर आपण झटकून बाहेर फेकला तर आपण आपलं उच्चतम जीवनध्येय आणि नेतृत्वक्षमता गाठू शकतो. हेच भारतीय तत्त्वज्ञानाचं, अध्यात्माचं आणि गूढवादाच्या तळाशी असणारं मूलभूत तत्त्व आहे.*

विवेकानंदांच्या संपूर्ण शिकवणीचा गाभा हाच आहे की, आपल्याला एकट्याने चालण्याचे धैर्य हवं. ते म्हणत की, तुम्ही पूर्णत: स्वतंत्र व्यक्तिमत्त्वाचे असायला हवं. जरी तुम्ही एखाद्या ऑर्गनायझेशनचे किंवा एखाद्या चळवळीचे भाग असाल तरी तुम्ही तिथल्या कुठल्या समूहाच्या किंवा व्यक्तींच्या इच्छेअनुसार आणि अहंकारी पद्धतीच्या नियमानुसार केवळ ते प्रमाण मानून काम करण्यापेक्षा आपली बुद्धी त्यात वापरा. सरतेशेवटी प्रत्येकच माणसाकडे त्या दैवी शक्तीचा अंश असतोच. आणि

हे विवेकानंदांनी सांगितलेलं मूलभूत तत्त्व किंवा सिद्धान्त आहे. जो त्यांनी लोकांच्या मनात रुजवला आहे आणि जागवलाही. ते म्हणत असत की, जी मंडळी अपरिपक्व असतात तीच अहंकारी असतात. खरा परिपक्व असणारा माणूस असं वर्तन करतो ज्याने त्याच्या व्यक्तिगत प्रगतीला कुठेही अडथळा येत नाही. विनाअडथळा प्रगती करण्याचा एकमेव मार्ग म्हणजे आपण आपल्या आंतरिक गुणानुसार आणि संपूर्ण घडणीनुसार वागणं. वेदान्ताच्या आध्यात्मिक शिकवणीतूनही नेमकं हेच शिकायला मिळतं. थोडक्यात म्हणजे आपली व्यक्तिगत प्रगती रोखणारे अडथळे दूर करणे आणि तशा अडथळ्यांपैकी सर्वांत मोठा अडथळा असतो तो म्हणजे आपल्यातला अहंकार.

वेदान्तामध्ये सांगितलं गेलं आहे की अहंकाराचा आजार हाच खरा मोठा मानसिक आजार असतो. तो आपल्यामधल्या अंगभूत निर्भयतेला आणि आपल्या व्यक्तित्वाला हानी पोहोचवतो. कारण अहंकारी असणे म्हणजेच आपण आपल्या सच्च्या जाणिवेतून काम न करणं. आपला ईश्वरदत्त शहाणपणा न वापरणं. आपलं 'स्व'च पूर्णत्व न वापरणं. तिथे खरं तर आपण आपल्या अहंकाराच्या कल्पनेनुसार वागतो. आणि जोडीला भय व इतर विचार, विकार असतातच. तुम्ही जेव्हा अहंकारी वृत्तीमध्ये असता तेव्हा तुमच्या कृतीच्या वेळी तुम्ही मोकळेपणा अनुभवत नसता. त्यातूनच पुढे तुम्ही आणखी आणि आणखी बंदिस्त होत जाता. चराचरांमध्ये प्रत्येक अणूमध्ये भरून राहिलेली ती अदृश्य वैश्विक ऊर्जाशक्ती अशा वेळी तुम्हाला पोषण देत नाही. अहंकारमुक्त अवकाशामध्ये काम करताना तुम्हाला अफाट आनंद, धैर्य आणि जणू ब्रह्मानंदाची अनुभूती मिळते. अहंकाराचा त्याग करा आणि बघा– तुम्हाला तुमच्या 'स्व'च्या परमानंदाला भेटता येईल. तेव्हाच तुमची खरी क्षमता पंख लावून विहरू लागेल आणि परिपूर्तीकडे झेप घेईल. अहंकार हा मनात जन्म घेत असतो. पण आध्यात्मिक ऊर्मी मात्र त्याही पल्याड आपल्या चित्तामध्ये, हृदयामध्ये असते. परंतु हे काहीसं रूपकात्मक आहे. त्याचा अर्थ आपल्या मेंदू किंवा हृदय अशा शरीराच्या अवयवांशी जोडला न जाता आपल्या आत असणाऱ्या आत्म्याच्या जाणिवेशी जोडला जातो. त्याचं कार्य अशा प्रकारे चालतं जेणेकरून तुम्हाला अनावश्यक भीती आणि चिंतेने भरून तुमचा अहंकारही त्यावर पोसला जाऊ नये. त्याचा अर्थ असा की, तुमच्यामध्ये असलेल्या जागृतीचा, आंतरिक जाणिवेचा

तुम्ही आदर करायला शिकाल आणि त्याच वेळी तुम्ही ज्या भौतिक परिस्थितीत असाल तिच्याशी तुम्ही फारकत घेऊ शकाल.

अनेक माणसांना ती ज्या परिस्थितीत सापडतात किंवा अडकली जातात त्यामुळे प्रचंड गंड येतो. तो श्रेष्ठतेचा अहंगड असू शकतो किंवा काहींना न्यूनगंड. परंतु, कुठलाही गंड हा अहंकारमध्ये लपलेल्या भयामुळे जन्म घेतो. आध्यात्मिक व्यक्ती या गंडापासून मुक्त असतात आणि असं कुठल्याही गंडापासून मुक्त असणारे असाधारण असामान्य गोष्टी घडवून जातात. कारण त्या वेळी तुमचा स्पर्श जणू परिसस्पर्श बनवून चमत्कार होतात. तुम्ही जे कार्य हाती घ्याल ते जलद गतीने आणि सखोलपणे व्हायला सुरुवात होते. तुम्ही चांगल्या प्रकारे समस्यानिवारक बनता. कारण तुमच्या कृतींना तुमच्यामधल्या ऊर्जेची जोड मिळते. तुमच्यामध्ये अहंकाराची भीती न उरल्याने तुम्हाला तुमचं अपयश आणि पराभवाची ओळख करून घेण्याची गरजच उरत नाही.

विवेकानंदांसारख्या व्यक्ती कधी पराभूत होत नाहीत. मग परिस्थिती कुठली का असेना. कारण ते अंत:करणापासून स्मित घेऊन वावरतात. त्यांनी स्वतःला फक्त ईश्वराचा दूत मानून काम केलं. त्यामुळेही कदाचित त्यांच्या सर्वच कृती या आनंदी आणि चैतन्यपूर्ण बनल्या. त्यांच्या संपर्कात आलेल्या इतर लोकांनाही त्यांच्यामुळे अमित आनंद गवसला.म्हणून तुम्हाला जर एका चांगल्या प्रतीचं छाप पाडणारं व्यक्तिमत्त्व व्हायचं असेल तर तुम्हाला तुमच्यामधल्या अहंकाराचा त्याग करावा लागेल. तुम्हाला तुमच्या आतमधला चैतन्याचा प्रकाश हा निर्भीडपणे आणि सहजपणे, अधिक ताकदीनं प्रवाही करावा लागेल. माणसांना इतर माणसांमधली ऊर्जा ओळखू शकण्याची एक सुप्त अंत:प्रेरणा असते. जेव्हा ती ऊर्जा शुद्ध असते तेव्हा माणसामाणसांतले परस्पर संबंध चांगले बनतात. आजच्या आधुनिक जगात आपल्यामधले बहुसंख्य नेते ते हे त्यांच्यामधल्या खऱ्या 'स्व'ला अनुसरून किंवा त्यांच्यामधल्या खोलवर असणाऱ्या गुणांनुसार काम करताना दिसत नाहीत. जाणता किंवा अजाणता ते एका विशिष्ट स्वभाववैशिष्ट्य असलेला मुखवटा घेऊन वावरतात जो आपण त्यांचे वैशिष्ट्य आहे असं म्हणून चालावं असा. त्याचा त्यांना विशेष फायदा होताना दिसत नाही. किंबहुना, त्यामुळे समाजाच्या मनात गोंधळ उडतो. कारण ती भावना त्यांच्यामधल्या 'स्व'च्या खऱ्या ओळखीमधून आलेली नसते. असं नेतृत्व मग पाळेमुळे रुजलेलं न वाटता अगदीच उथळ वाटतं.

खऱ्या सकारात्मक नेतृत्वाची कला ही लोकांमधील भीती दूर करणे यावर अवलंबून असते. आणि त्याची सुरुवात ही अहंकाररूपी भीती नष्ट करून होऊ शकते. ज्या तुमच्या अंतरात्मा आणि बाह्य कृतींच्या मध्ये उभ्या असतात. आपल्या अस्सल 'स्व'शी नेहमीच जोडलेले रहा, संलग्न रहा. तुमच्यामध्ये तुमच्या कृतींशी समतोल साधणारी, तुम्हाला लोकांशी जोडून ठेवणारी, लोकांशी संबंध ठेवणारी अशी कला-क्षमता असायला हवी. आणि असा समतोल साधण्यातूनच मग तुम्ही हाती घेतलेल्या कामातला समतोल तसेच तुमच्या आतल्या 'स्व'शी असणारा समतोलही साधला जातो. म्हणून मुख्यतः लोकांचे नेतृत्व करण्यासाठी तुम्हाला स्वतःला तुम्ही स्वतःमधल्या 'स्व'शी प्रामाणिक राहू शकाल. तुम्हाला अशा ठिकाणी न्यावं लागेल जिथे तुम्ही स्वतःमधल्या 'स्व'शी एकात्मता साधू शकाल. जिथे तुम्ही स्वतःमधल्या अस्सल आणि खऱ्या ताकदीशी संवाद करण्याचे प्रयत्न करू शकाल आणि ती जागाही अहंकारमुक्त असेल. त्या ठिकाणी एकदम सच्चा आनंद असेल. कालातीतपणा अनुभवता येईल आणि तुमच्यामधल्या आंतरिक, आध्यात्मिक गुणांशी ओळख होईल. तुमच्यामध्ये आतवर खोलवर दडलेल्या ऊर्जेअनुसार काम करा. कारण त्या ऊर्जेमध्ये विश्वातली संपूर्ण ऊर्जा उपलब्ध होऊ शकते. वैश्विक विराट ऊर्जेची अनुभूती मिळते व निर्माण प्रक्रियेमधली ऊर्जा मिळते.

प्रकरण पंधरावे

आपल्या आत्ममूल्यांची जाणीव ठेवा

धडा : *तुम्ही एका विलक्षण अशा विश्वाचं अपत्य आहात आणि एक अतिविशिष्ट असं काही सर्वांसमोर मांडण्यासाठी, दर्शवण्यासाठी तुमचा जन्म झालेला आहे. त्यावर कधीही अविश्वास दाखवू नका. हे गुपित आपल्या अंतरात्म्यात अगदी जपून ठेवा आणि त्याची जाणीवही ठेवा. तुमच्या आयुष्यातल्या सर्व नेतृत्वाच्या भूमिकांना व तुमच्या 'स्व'च्या ताकदीला ते चालना देईल. स्वतःबद्दल संशय असणं कायमच दूर फेका. स्वतःच्या आत्ममूल्यांबद्दलही संशय बाळगू नका.*

विवेकानंदांच्या शिकवणुकीपैकी एक अतिशय महत्त्वाची शिकवण म्हणजे त्यांनी लोकांना आत्ममूल्यांची करून दिलेली जाणीव. ते सांगायचे की, जीवन म्हणजे स्वतःच्या मूल्यांची जाणीव असणे. आपण ह्या विश्वामध्ये आत्मविश्वासाने योगदान देऊ शकतो याची जाणीव असणे. अर्थात, हे समजून घेताना आपली स्वतःची प्रतिष्ठा जपून ते नेहमी म्हणत, ''खंबीर व्हा, तुम्ही ब्रह्मांडाचे पाल्य आहात. तुमच्या नशिबात लिहिलेलं कुणालाही हिरावून घेऊ देऊ नका''.

ही शिकवण ही वेदान्तामधली मूलभूत शिकवण आहे. हे सर्व सांगतं की इतर कुणालाही आपली किंमत ठरवू देऊ नका. समाजाने तुम्ही कसं

वागायचं ते समाजाला ठरवू देऊ नका आणि तुम्ही काय व्हायचं तेसुद्धा. तुम्हाला तुम्ही जसं असायला हवं वाटतं तसं तुम्ही तुम्हाला होऊ द्या. याला विवेकानंद माणूस घडवणे म्हणत. त्यामध्ये स्त्री-पुरुष असा भेदभाव नसेल. केवळ तुमची स्वतःची प्रगती आणि तुमच्या 'स्व'बद्दलचा सुरेख दृष्टिकोन याचा अंतर्भाव असेल. तुम्हीच तुमचे अधिकारी असता. तुम्ही इतरांकडूनही बरंच शिकू शकता. तुम्ही अनेक ठिकाणांहून शिक्षण घेऊ शकता, परंतु वेदान्तामधले दृष्टान्त सांगतात, की तुम्ही तुमच्या आतलं सामर्थ्य ओळखा. तो उत्तम नेतृत्वाच्या पायाचा दगड असतो आणि खऱ्या यशाचे इंगित की तुम्ही हे ओळखू शकणार की सर्व क्षमता तुमच्याच आत वसलेली आहे. तुमच्या आत जबरदस्त ताकद आहे जी तुमच्या सर्व समस्या नाहीशी करू शकेल.

म्हणून असं म्हणता येईल की, आपल्या आतलं 'स्व'चं सामर्थ्य ओळखण्यावर नेतृत्वाची क्षमता अवलंबून असते. खरा विकसित पावलेला आणि सकारात्मक नेता तसा असावा लागतो, जो त्याच्या आतलं सामर्थ्य सर्वोत्तम प्रकारे प्रकट करेल. तुम्हाला निसर्गाचं मिळालेलं सगळं वापरून तुम्हीच तुमचं स्वतःचं शिल्प घडवण्यासारखं आहे हे. 'तुम्हीच तुमच्या जीवनाचे शिल्पकार' असता. तुम्हाला जसे तुम्ही हवे आहात तसे घडवण्यासाठी आवश्यक ते सर्व देवाने तुम्हाला दिलेलं आहे. म्हणून ते समजून घेणे हाच तुमचा पाया असू दे. आणि मग तुमची तुमच्या आतल्या खऱ्या ताकदीशी गाठ पडू दे. तीच ताकद, तो जोर तुम्हाला तुमच्या ध्येयाप्रत घेऊन जाईल.

आपल्या 'स्व'विषयी पूर्ण 'स्वच्छ' कल्पना असणे हे अगदी सरळ साधं तत्त्व! मग आपण ताकदवान आहोत की दुर्बळ– याबद्दल मनात गोंधळ नको. कारण प्रत्येक जणच आपल्यामध्ये प्रचंड शक्तीचं कारंजं घेऊनच आलेला असतो. फक्त फारच कमी जणांना आपल्यामधल्या सामर्थ्याची जाणीव असते. ज्यांना हे आकळलेलं असतं तेच आयुष्यात यशस्वी होतात. अगदी भौतिक तसेच आध्यात्मिक क्षेत्रातसुद्धा!

आपली समस्या अशी असते की आपण कायम इतरांबरोबर स्वतःची तुलना करत असतो. अशी तुलना करताना आपण हे विसरलेलो असतो की आपल्यामध्येसुद्धा अतुलनीय ताकद आणि बळ दिलेलं आहे ईश्वराने. बऱ्याचदा अगदी थोर माणसंसुद्धा स्वतःबद्दल शंका व्यक्त करतात. संशय व्यक्त करणं चांगलं; परंतु आपलं आयुष्य असं कितीसं की आपण कायम संशय

घेत राहावं? कधीतरी आपण यातून वेगळी वाट शोधायलाच हवी. ती तशी वाट मिळतेही, जेव्हा आपण आपल्या आत दडलेल्या ताकदीला ओळखतो; त्या ताकदीला प्रकट होण्याची संधी देतो. म्हणून इतर कोणाशी संवाद साधण्याआधी आपल्या आतल्या 'स्व'शी संवाद साधणं महत्त्वाचं असतं.

आपल्या अंतरात्म्यामध्ये ताकद धडधडत असते. ती धडधड आपल्या अस्तित्वाच्या सर्व महत्त्वाच्या मोठ्या भागापर्यंत पोहोचू द्यावी. ही काही एखादी बौद्धिक संकल्पना किंवा भावनिक विचार नव्हे. हे तर मानवासंबंधीच्या प्राचीन समजुतीमध्ये सामावलेलं आहे. ते सर्व आपल्यामधल्या दैवी शक्तीचा भाग असतात. आणि दैवी शक्तीचा भाग असल्याने ते ब्रह्मांडामधल्या अथांग आणि अमर्याद शक्तीचा आणि सर्जनशीलतेचा हिस्सा बरोबर वागवत असतात. तोच तुमचा मूळ चेहरा असतो आणि तो चेहरा कुठल्याही परिस्थितीला अतिशय धैर्याने सामना करायला सक्षम असतो.

भगवद्गीतेमध्ये श्रीकृष्ण अर्जुनाला वारंवार त्याच्या स्वतःमधल्या नैसर्गिक स्थितीत भान देत असतात. ते अर्जुनाला त्याचा आवश्यक स्वभाव म्हणजे स्वधर्माची आठवण करून देत असतात. त्या स्वधर्मातूनच प्रचंड शक्ती, स्रोत मिळत राहतो. ज्यामुळे जगासमोर गतिमानतेने चालता येतं. अशा प्रकारे आपण आपल्यामधल्या आंतरिक ताकदीच्या साहाय्याने आपली उद्दिष्टं गाठायला सिद्ध होत असतो. तो फार मोठा किंबहुना परमोच्च आनंद असतो. जेव्हा तुम्हाला तशी ताकद सापडते; परंतु बहुतांश वेळा चिंता, काळजी, भीती, अहंकार, द्वेष वगैरे वगैरे भावांच्या खाली तो आनंद दबून गेलेला असतो, त्यापलीकडे तुम्ही जा. ते सर्व मागे टाका आणि बघा– तुमच्या हृदयाच्या तळाशी खोलीवर तुम्हाला तो अथांग वैश्विक महासागर मिळेल. आणि हेच आकलन, हाच बोध तुमच्या सतत पार्श्वभूमीवर राहू द्या. बाकी सर्व गोष्टी प्रोजेक्टवर फिल्म दिसते त्याप्रमाणे समोरच्या पडद्यावर दिसू द्या. परंतु सर्वांत पाठीमागे तो रिकामा शुद्ध पडदा असू द्या आणि त्या पडद्यावर तुमचा जीवनपट बघा.

या अर्थानं मनुष्य स्वतः स्वतःच्या जीवनाचा कर्ता आहे. कारण तो जगन्नियंत्याची शक्ती स्वतःबरोबर वागवत असतो. स्वतःच्या मनानुसार स्वतः आपण कसं आरायला हवं तसं घडवणं यापरती दुसरी उत्कृष्ट निर्मिती कोणती? यामध्ये स्वतःला जास्त महत्त्व देण्याचा आत्मकेंद्रित भाव नसावा. तर आपल्यामध्ये असलेली अमर्याद ताकद समजून आकळून घेण्याचा भाव

असावा. तरच मग त्या सर्व ऊर्जा एका लयीमध्ये हालचाल करतील. त्या सर्व ऊर्जा ज्या ज्या गोष्टींना सामोरे जातील त्या त्या वेळी मुक्तपणे, स्वैरपणे स्वतःला लयीत वाहू देतील.

विजयाची किंवा पराजयाची भावना ही स्वनिर्मित असते. कारण खरं पाहता जो सच्चा विजय अभिप्रेत असतो तो स्वतःच्या आतली ताकद ओळखणे हा. आणि जेव्हा आपण आपल्यातली ती आंतरिक ऊर्जा समजून घेतो तेव्हा चमत्कार घडतो. आपल्याला विश्वाकडून, ब्रह्मांडाकडून आणखी आणखी ताकद मिळत राहते. ही खरं पाहता देवाण-घेवाण म्हणता येईल. पण त्याची सुरुवात आपण आपल्या 'स्व'मधली ताकद, आपली आध्यात्मिक शक्ती समजून घेण्यापासून होते. हे समजून घेणे म्हणजे परमोच्च आनंदाची, सुखाची प्राप्ती होणे. कारण आपण ब्रह्मांडाच्या शक्तीपासून वेगळे आहोत ही भ्रामक समजूत गळून पडते. आपण विश्वाशी एका मोठ्या बंधाने बांधले जातो. त्याची ताकद आपल्यामधून प्रकट होते. त्यामुळे स्वतःकडे बघताना आपण वैश्विक शक्तीच्या ब्रह्मांडाच्या शक्तीच्या तुलनेत कःपदार्थ आहोत वगैरे दृष्टीने पाहू नका, तो आपल्या यशाचा आणि यशस्वी नेतृत्वाचा पायाचा दगड समजा.

प्रकरण सोळावे

अविचल रहा

__धडा :__ जीवनाच्या सर्व त्रासांसमोर आणि चिंतांसमोर स्वामी विवेकानंद अविचल आणि अमर्याद आत्मशक्तीचे प्रतीक बनतात. खऱ्या नेतृत्वशक्तीचं ते गुपित आहे.

विवेकानंदांच्या आयुष्यात असे अनेक प्रसंग आले जेव्हा त्यांच्या विरोधकांनी त्यांना डिवचण्याचे प्रयत्न केले. कित्येक वेळा त्यांच्या विरोधकांनी त्यांची जात काढायचे उद्योग केले. पाश्चिमात्य देशांत प्राचीन भारतीय विचारांवर व्याख्याने देण्यावरून त्यांना अनेकदा सतावण्यात आले. विविध ठिकाणांहून त्यांच्यावर वेळोवेळी हल्ले करण्यात आले. खरं पाहता ते सर्व हल्ले सडेतोडपणे बोलून परतवून लावण्याचं मनात येऊनसुद्धा विवेकानंद त्या सर्व प्रसंगी धीरोदात्तपणे अविचल राहिले होते. ते आपल्या सहकारी साधकांना सांगत असत की, केवळ बाहेरून कोणी त्रास देत असेल तर अशा वेळी आपण मनाच्या आत मात्र शांत राहायचं. तो त्रास मनात शिरू द्यायचा नाही. बाहेरचा गोंधळ बाहेरच ठेवायचा. त्याने मनात गोंधळ माजू द्यायचा नाही. आपल्या स्वभावाचा समतोल राखण्याचं आणि आपल्या कृतींवर लक्ष केंद्रित असू देण्याचं ते मोठं गुपित आहे. ते काहीसं विशिष्ट भूमिका वटवण्यासारखंच. प्रत्येक जण एखाद्या अभिनेत्याप्रमाणे अभिनय करणारा. परंतु आपल्या संवादांच्या दरम्यान त्याने आपल्या मनात गोंधळ उडू द्यायचा नाही. संवादाकडे संवाद म्हणूनच बघायचं. तो कथेच्या ओघातच येणारा

हवा. परंतु एकुणात बघता तुमचा अभिनयच चाललेला असणार. भारतीय गूढवादाचे ते तत्त्वज्ञान म्हणता येईल. हिंदुत्वाचं अध्यात्म सांगतं की या विश्वाच्या रंगमंचावरचे आपण प्रत्येक जणच अभिनेते असतो आणि म्हणूनच शेक्सपिअरसारखं कोणी लिहून जातो, ''जग हे एक रंगमंच आहे आणि प्रत्येक पुरुष आणि स्त्री ही रंगमंचावरचे खेळीया आहेत''. म्हणून आपण आपल्या आंतरीक अवकाशामध्ये आतून निराश होणं आणि त्रास करून घेणं हे अर्थहीनच. तोच खरा मनावरचा ताबा किंवा आत्मसंयमन ठरतं, जेव्हा आपण बाहेरच्या प्रतिक्रियांवरून संत्रस्त होत नाही.

जेव्हा इतरांकडून अपमान होतो तेव्हा बव्हंशी लोक हे तत्क्षणी प्रतिक्रिया देतात. परंतु जाणिवेचा साधक असणारा कोणी मात्र अशा वेळी आपल्या आत वसलेल्या दैवी शक्तीची आराधना करतो. स्वतःला त्रास होऊ देत नाही. किंबहुना, आपण जर जैन तीर्थंकर महावीर यांचा जीवनपट बघितला तर दिसतं की त्यांना अनेकदा शारीरिक हालअपेष्टांना तोंड द्यावं लागलं. परंतु लोकांना आश्चर्य वाटलं की ते तरीसुद्धा अजिबात विचलित झाले नव्हते. ते आपल्या मार्गाने चालत राहिले. तसेच जीवन बुद्धांचेही. बुद्ध म्हणत की, कुणी आपल्याला काहीबाही बोललं तर अपमानित वाटून घ्यायचं की नाही, ते आपल्यावर अवलंबून असतं.

थोडक्यात काय, तर आध्यात्मिक आणि भौतिक पातळीवरसुद्धा अविचल राहणे ही फार मोठी शिकवण आहे. हा तुमच्याही आयुष्याचा मूलमंत्र ठेवा. हे कायम लक्षात ठेवलं की तुम्हाला जाणवू लागेल की तुमच्या आत गोष्टी आपसूकच संलग्न होणं, एकात्म होणं सुरू होईल. त्या आतल्या गाभ्यात होणाऱ्या एकात्मतेने तुम्हाला एक शक्ती प्राप्त झाल्याचा अनुभव मिळेल. आणि मग त्यामुळे बाह्य जगात तुमची वागणूक अशी होत जाईल की त्याचा फायदा केवळ तुम्हालाच नव्हे तर आसपासच्या इतरही जणांनासुद्धा होईल. सरतेशेवटी, आपल्या आत अविचल राहणे नेत्याला जमणं म्हणजे त्याच्याकडे त्या करिश्म्याची क्षमता असणं. अशा प्रकारे जे नेते असे जास्तीतजास्त अविचल राहतील तेच जास्तीतजास्त लोकांचा विश्वास संपादन करू शकतील. म्हणून हा आध्यात्मिक पैलू अंगात भिनविण्यासारखाच आहे. त्याचे परिणाम तर सर्वच पातळ्यांवर फायदेशीर ठरणारे.

वेदान्तामध्ये आतून विचलित होणाऱ्या स्थितीला निद्रितावस्था किंवा जाणिवेच्या अभावाची अवस्था असे संबोधले जाते. आपल्याला स्वप्न

पडून किंवा दु:स्वप्न पडून आपलं चित्त विचलित होणं घडतं त्यामुळे. पण जो माणूस जागृत असतो तो माणूस सावध असतो, त्याला ते स्वप्नच आहे हे माहीत असल्याने तो त्यातून सहजी सावरतो. असं सावध असणं हे तर योद्ध्याच्या कलानिपुणतेचा भाग. मग तो भगवद्गीतेतून श्रीकृष्णाने अर्जुनाला दिलेला संदेश असो वा जपानी सामुराई बुद्धपरंपरेतला बुशिडो प्रकार असो. मग तो भारताच्या स्वारीदरम्यान सिकंदराला कळलेला स्थितप्रज्ञवाद असो किंवा जगात इतरत्र कुठल्या युद्धांच्या परंपरेतील शिकवण असो. त्या सर्वांत हेच शिकवलं जातं की तुम्ही अत्यंत एकाग्र आणि अविचल राहायला हवं. असं आपल्या समोर आलेल्या आव्हानांमध्ये आणि आपण हाती घेतलेल्या कामांमध्ये अत्यंत आणि कमालीचे एकाग्र राहण्यामुळेच अर्जुनाला द्रौपदी स्वयंवरावेळी त्याच्या लक्ष्याचा अचूक वेध घेता आला होता.

विसाव्या शतकात बघितलं तर अशा प्रकारे आपल्या 'आत'मध्ये बघण्याचा पैलू असणारे जनरल रोमेलसारख्या सेनानींचा लोकांकडून फार मोठा गौरव झालेला दिसतो. आपल्या चिंतांच्या पलीकडे जाण्याचा तोच एक मार्ग आहे. कुठल्याही आणीबाणीला तोंड देण्याचा तोच खरा मार्ग आहे. अन्यथा, तुम्हाला भेडसावणारा त्रास मोठा होत जाऊन तुम्ही त्याच परिस्थितीत अडकून राहाल आणि आपल्या आतल्या 'स्व'शी एकात्मता साधणं, शांततेत मग्न होणं दूरच राहील. आपण जेव्हा आपल्या आतल्या 'स्व'शी अगदी सहजगत्या शांतपणे जोडलेले राहतो तेव्हा आपल्यामधली ऊर्जा गतिशील होते. त्यामुळे आपल्या अंतरामध्ये एक चेतना जागृत होते आणि काठोकाठ समाधान प्राप्त होतं. त्यामुळे बाह्य जगातही आपल्यासाठी खूप काही संधींची अनेक दारं उघडली जाऊ शकतात.

आपल्या आंतरिक सतर्कतेनचं आपल्यामध्ये अविचलता येऊ शकते. आपण शांत, संयमी राहिल्याने आणि जगाच्या बदलत्या रूपासाठी सज्ज राहिल्याने आपल्यात अविचलता जन्मू शकते. जगात प्रत्येक गोष्टीमध्ये सतत बदल होत असतो. फक्त आपल्या आत 'स्व'मध्ये असणारा ब्रह्मांडातल्या चैतन्याचा अंश हा मात्र शाश्वत राहतो. आपण त्या अंशाला जागृत ठेवायला हवं म्हणजे मग नैराश्य आपल्याला स्पर्शू शकणार नाही.

बाह्य परिस्थिती माणसाला भित्रा आणि असुरक्षित बनवते. परंतु भगवद्गीतेमध्ये श्रीकृष्णाने सांगितल्याप्रमाणे खरा योगी स्वतःच्या 'आत'मध्ये शांत अवस्था राखत त्या भीतीच्या स्थितीला ओलांडून पुढे जाऊ

शकतो. आपल्या संपूर्ण आयुष्यामध्ये स्वामी विवेकानंदांना नेमकं हे करणं जमल्यामुळे त्यांच्यावर कितीही हल्ले झाले किंवा त्यांच्या चारित्र्यावर बोल लावले गेले तरी त्यांच्यावर त्याचा परिणाम झाला नाही. ते बघून लोक मात्र आश्चर्यचकित होत राहिले. असं पहा – विवेकानंदांनी केवळ भारतभ्रमण करण्यासाठीच नव्हे तर पाश्चिमात्य जगातही अगदी प्रतिकूल परिस्थितीमध्ये प्रवास करण्याइतकी ताकद कमावली होती. खरं म्हणजे पाश्चिमात्य जग त्यांचं स्वागत करायला उत्सुक नव्हतं. कारण आपल्या धर्माविषयी असं बोलणारा कोणी पौर्वात्य माणूस त्यांना नको होता. त्या सर्व प्रवासांमध्ये विवेकानंदांवर अनेक कठीण प्रसंग गुदरले. कधी कागदपत्रं गहाळ झाली, कधी आगगाडीच्या यार्डमध्ये झोपावं लागलं, कधी तर भुकेचा डोंब पोटात– अशी परिस्थिती आली, तर कधी प्रचंड गारठ्याला तोंड द्यावं लागलं. पण इतक्या साऱ्या प्रतिकूल परिस्थितीतही ते अविचल होते. मनाचा तोल त्यांनी कधीही ढळू दिला नाही. एक प्रसिद्ध प्रसंग सांगितला जातो की, एकदा कपूरथळ्याच्या महाराजांच्या समोर ते शिकागोमध्ये आले असता महाराजांनी त्यांच्याकडे अगदी खालच्या स्तरावरचा माणूस– अशा दृष्टीने वागवलं. पण विवेकानंदांनी त्याकडे सपशेल दुर्लक्ष केलं. आणि स्वतः अविचल राहिले. त्यांना जी एकच गोष्ट मनावर परिणाम करत असे ती म्हणजे ज्या लोकांना हालअपेष्टा, त्रासातूनं जावं लागतंय असे लोक. तो अर्थातच त्यांच्यामधला करुणेचा सहजभाव होता. करुणा हा मुळात फार मोठा ताकदीचा गुण आहे. त्यामुळे तुम्हाला जर भावनाप्रधान, हळवं बनायचं असेल तर लोकांच्या भावनांप्रति हळवे बना. कारण महान नेत्याची ती खूण आहे. बाकी इतर कुठल्याही बाबतीत तुम्ही मनाने आतून इतके अविचल बना की तुमची मानसिक अवस्था अधिकाधिक सशक्त बनत जाईल. कारण त्यामुळेच तुम्ही उत्तम यश संपादन करू शकाल आणि उत्तम नेता बनू शकाल.

प्रकरण सतरावे

अंत:करणापासून द्यायचं भान ठेवा

धडा : *आपल्या आयुष्यात सर्व महत्त्वाचे पैलू करुणा, प्रेम, सौंदर्य, शांती आणि धाडसीपणे दुसऱ्यांना सहभागी करून घेणे. हे सर्व आपल्या अंत:करणात उगम पावतात. आपल्या नेतृत्वाच्या भूमिकेचा विचार करताना हे सर्व लक्षात असू द्या, यामुळेच जीवनाला अर्थ प्राप्त होतो.*

विवेकानंदांच्या मते, माणसाचा सर्वांत मोठा सद्गुण म्हणजे अंत:करणापासून दुसऱ्याला देणे. अशी सकारात्मक ऊर्जा अगदी मनापासून निर्माण करा. मग ही ऊर्जा विपुलतेने वाढेल, मुबलक प्रमाणात पसरेल. आणि जेव्हा तुमच्या जवळ मुबलक ऊर्जा असेल तेव्हा तुम्ही तुमच्या सभोवताली तशीच विपुल ऊर्जा देऊ शकाल.

विवेकानंदांनी कायमच नि:स्वार्थी कर्मावर, सेवेवर भर दिला. परंतु, काही चाणाक्ष नीतिमत्तेचे पंडित ज्या सेवेबद्दल बोलतात ती ही नव्हे. कारण त्यांना अभिप्रेत असलेल्या सेवेमागे काहीएक छुपा स्वार्थ दडलेला असतो. मग तो धर्माशी संबंधित असेल किंवा इतर कुठला. आपण विचार करायचा तो आपल्या स्वत:मध्ये चांगुलपणा निर्माण करण्याचा. त्यामागे तत्त्व आहे ते असं की प्रत्येक माणसामध्ये एक ऊर्जातत्त्व वास करत असतं. तुम्ही त्याला शक्ती म्हणा कुंडलिनी म्हणा किंवा आदिपुरुष म्हणा. किंवा मग या तत्त्वाला अत्यावश्यक जाणीव अथवा जागृती माना. ही ऊर्जा माणसाच्या

मनो-आध्यात्मिक संस्थेमध्ये अधिकाधिक उंची गाठत असते तेव्हाच त्या व्यक्तीला सरतेशेवटी तिचं स्वातंत्र्य आणि क्षमतेची खरी जाणीव होते. म्हणून जीवनाच्या मनो-आध्यात्मिक क्षेत्रामध्ये घडणारी उत्क्रांती म्हणजे आयुष्यातली खरी समृद्धी, खरी श्रीमंती ठरते. आणि जेव्हा अशी मनो-आध्यात्मिक उत्क्रांती घडते तेव्हा तुम्ही खऱ्या अर्थाने जगाला चांगलं काही देणारे दाते बनता. आणि तेच सकारात्मक नेत्याचे लक्षण आहे. त्यामुळेच त्याला खऱ्या अर्थानं चिरस्थायी यश मिळतं. तसं पाहता चांगुलपणा आणि नैतिक वृत्ती यांचा थेट संबंध नसतो. किंबहुना, तुम्ही तुमची पाळेमुळे इतकी ताकदवान बनवलेली असतात की, तुमच्या प्रयत्नांना अपेक्षित फळ मिळतंच मिळतं. त्या घट्ट रुजलेल्या पाळ्यामुळ्यांच्या बलाच्या जोरावरच ते झाड फुलतं.

म्हणून बाह्य जगतातल्या समृद्धीपेक्षा आपण आपल्या स्वतःला आतमध्ये अंतर्यामी इतकं श्रीमंत बनवायचं की, तुम्ही जी कृती कराल आणि उत्स्फूर्तपणे स्वतःला व्यक्त कराल. त्याची परिणती पुष्कळ समृद्धी देऊन जाते. आणि ते केवळ तुम्हालाच नव्हे, तर तुमच्या आजूबाजूच्या लोकांना आणि तुमच्या आसपासच्या संपूर्ण भोवतालाला आणि म्हणून ही बाहेरून आपल्या आतमध्ये डोकावणारी दृष्टी महत्त्वाची आणि जरुरी. आपल्या आत 'स्व'कडे बघण्याची क्षमता जरुरी असते. कारण आपल्या आत ब्रह्मांडाचा अंश सामावलेला असतो. तुम्ही फक्त त्याला त्याचं कार्य करू द्यायचं. तुम्ही आतमधल्या ऊर्जेला बरोबर उच्च स्थानाकडे चढू द्यायचं. एकदा ते जमलं की तुम्ही केवळ तुमच्या प्रत्येक भौतिक कृतीमधून त्या समृद्धीकडे जाता असं नाही, तर त्याहून महत्त्वाचं म्हणजे जीवनाच्या आध्यात्मिक क्षेत्राकडे नेले जाता. आणि म्हणून तुमच्या हृदयाला अंतःकरणाला तुमचं मध्यवर्ती केंद्र बनवा. कारण तेच तुमच्यामधल्या उत्तेजनेला, आवेगाला उत्स्फूर्त इच्छेला ताकद देणार असतं.

माणसाला आयुष्यात महान बनवण्यासाठी केवळ यशाची इच्छा असून पुरेसं नसतं. विवेकानंदांनी ते सोदाहरण दाखवून दिले. त्यासाठी हृदयाचा हृदयापासूनचा मोकळेपणाही गरजेचा असतो. आपण याचा प्रत्यय हा अब्राहम लिंकन किंवा नेल्सन मंडेला यांच्या चरित्रांमधूनही त्यांच्या आयुष्यात घडलेल्या प्रसंगामधूनही समजू शकतो. ते यशस्वी होऊ शकले; कारण त्यांनी लोकांना आपल्या अंतःकरणापासून दिलं, पूर्ण मनोभावे दिलं.

त्यांनी केवळ आपलं व्यक्तिगत आयुष्यात नव्हे तर ज्या देशात ते नेतृत्व करत होते तो देशसुद्धा त्यांनी आमूलाग्र बदलला.

आपण जेव्हा लोकांना सहभागी करून घेतो तेव्हा त्यातून आपल्याला प्रचंड आनंद मिळतो. विवेकानंद कायमच आपल्या अनुयायांना आणि साधूंना त्यांच्या शरीरांतर्गत वास करत असणाऱ्या दैवितत्त्वाची अनुभूती घेण्याचा प्रयत्न करायला सांगत असत. ती दैवी घटना आपण आपल्या अंगातली ऊर्जा दुसऱ्या प्रती देण्याने प्रकट होत असते. आणि कुठल्याही प्रकारचा फेरफार न करता होत असते. धूर्त माणसं आणि तसे दुसऱ्याचा वापर करणारे हाताळणी करणारे लोक कायमच स्वतःला इतरही जणांपेक्षा अधिक हुशार समजत असतात. पण सरतेशेवटी ते दुःखी, कशातही उत्साह नसणारे, दुर्मुखलेले बनतात.

कारण ते दुसऱ्याला देतात ते मनापासून, हृदयापासून देत नाहीत. जेव्हा तुम्ही तुमच्या रोजमर्रा आयुष्याहून उच्च अशा पातळीकडे जाण्यासाठी प्रयत्न करता, तुमच्यात तेव्हा जो बदल घडतो तोच तुम्हाला आयुष्यात फार मोठा आनंद आणि चैतन्य देऊन जातो. आणि उत्तम नेतृत्व तेच तर असतं जेव्हा तुम्ही अंतरात्म्यामधला आनंद आणि शहाणपण उत्सर्जित करता तेव्हा त्या प्रकाशमान पैलूकडे लोक आकर्षित होतात. तुमच्या केवळ सांनिध्यात राहूनही लोकांना ऊर्जेची अनुभूती होते.

सरतेशेवटी तुमच्या अंतर्यामीचा तो प्रकाश, ती ऊर्जा तुम्ही वाटतात तेच करिश्मा असणाऱ्या नेत्यांचे लक्षण ठरतं. आणि तुमच्या अंत:करणातून येणारा तो प्रकाश, ती ऊर्जा हा सर्वांत मोठा चैतन्याचा प्रकाश असतो. इतिहास बघितला तर स्वामी विवेकानंद हे फार महान गुरू म्हणून ओळखले जातात. पण त्याचबरोबर लक्षावधी लोकांची आयुष्यं मुळापासून बदलणारे आणि पूर्णपणे नवी दिशा देणारे म्हणूनही ओळखले जातात. त्यांचं कार्य आता रामकृष्ण मिशन पुढे नेत आहे. समाजात राहणाऱ्या आणि सामाजिक पर्यावरणाचा भाग असणाऱ्या लोकांनी जास्तीतजास्त इतरांना देणे हे ते महत्त्वाचं कार्य. अन्यथा, आपली आंतरिक क्षमता हे ओझं होऊन बसू शकतं. जर त्याचा जगाला काहीच फायदा होत नसेल तर मात्र त्या क्षमतेत चांगल्या प्रकारे वाढ होऊ शकते. जेव्हा तुम्ही यांत्रिकपणे भौतिक सुख गोळा करण्यापासून दूर राहता आणि उलट त्याला मोठ्या मनानं इतरांना देण्यात वापरता आणि त्याचा परिणाम तुम्हाला बहुतेक सुख-समृद्धी मिळण्यात नक्कीच होतो.

ब्रह्मांडानं तुम्हाला खूप काही दिलंय, हे कायमच ध्यानात ठेवा. जॉन डी. रॉकफेलर यांच्याशी जेव्हा विवेकानंद यांची गाठ पडली तेव्हाही विवेकानंदांनी त्यांना हेच बोलून दाखवले होते. तुम्हाला मिळालेली सर्व संपत्ती, ऐश्वर्य हे वैश्विक शक्तीनेच दिलेलं आहे. त्याचा एक विश्वस्त या नात्याने सांभाळ करा. आणि इतरांनाही त्यात सहभागी करा. म्हणजेच अत्यंत उदार अंत:करणाने, सकारात्मकतेने इतरांना द्या. आणि नंतर तसेच घडलं. रॉकफेलर यांनी दातृत्वाची फार मोठी कृती केली. ज्यातून लक्षावधी लोकांना मदत झाली. बहुतेक व्यावहारिक आयुष्याला उत्तम आध्यात्मिक दृष्टिकोनाची जोड देता येते, हे रॉकफेलर यांनी दाखवून दिलं. हे केवळ दातृत्वाचे उदाहरण म्हणून नव्हे तर आपल्या जवळ असणारी ऊर्जाशक्ती पूर्णत्वानं कशी दुसऱ्यांना देता येते याचं हे उत्तम उदाहरण. असं देणंघेणं हे परस्परांमधल्या नात्याचं सुंदर उदाहरण आहे.

अगदी अंत:करणापासून देता येणे यासाठी प्रचंड ताकद लागते, धैर्य लागतं. त्यात आपल्या वृत्तीमध्ये थोडाफार बदल घडावा लागतो. विवेकानंदांच्या आध्यात्मिक दृष्टीतून पाहता भौतिक आणि आध्यात्मिक उन्नती अगदी हातात घालून जोडीने जात मानवतेला आणि जगाला उत्तम भविष्यासाठी आणि सकारात्मक नेत्यांसाठी ही एक उत्तम धार्मिक श्रद्धा आणि विश्वास ठरू शकतो.

प्रकरण अठरावे

नकारात्मक भावनांना थारा देऊ नका

धडा : *विवेकानंदांना अनेक वेळा सामान्यतः माणसाला भेडसावणाऱ्या नेहमीच्या सगळ्यांची म्हणजे क्रोध, द्वेष, असूया वगैरे प्रकारच्या भावनांवर कसा ताबा मिळवायचा याविषयी विचारले जाई. आपण मुक्तपणे कसे वावरायचं, आपलं चित्त एकाग्र कसं ठेवायचं आणि तेही अजिबात भावनिक गोंधळ होऊ न देता. आणि अशा प्रकारच्या प्रश्नांवर विवेकानंदांचे तयार उत्तर हे वेदान्तामधून येईल. ते म्हणत, त्या सर्व समस्या जरी नैसर्गिक असल्या तरी आध्यात्मिक शिकवणीतून घेण्यासारखं म्हणजे आपण त्या सर्व गोष्टींमध्ये गुंतून राहायचं नाही. त्यांना जवळ करायचं नाही. कारण सरतेशेवटी आपल्या अस्तित्वाचे मूलतत्त्व हे एखाद्या गोष्टीचा दुरून साक्षीदार असण्याकडे आहे. आपलं मूलतत्त्व हे शुद्ध जाणिवेशी संलग्न राहण्याचं आहे. आणि अशा अल्प काळ उत्पन्न होणाऱ्या अल्प भावनांशी किंवा जाणिवांशी बद्ध राहण्यात नाही. तशा प्रकारे आपण समस्यांना ओलांडून पुढे जातो. आणि अगदी मुक्तपणे, जलद गतीने, सर्जनशीलतेने आणि उत्तम उत्पादकतापूर्वक कार्य करतो.*

त्यांच्या स्वतःच्या ब्रह्मचर्याविषयी आणि संभोगापासून अलिप्त राहण्याविषयी ते सांगत की, संभोगाविरुद्ध धारणा असण्यापेक्षा त्या इच्छेला मनात धरून न राहणे शिकायला हवं, जमायला हवं. कारण तशी इच्छा जर सतत मनात धरून राहिलं तर आपल्यामधली ऊर्जा गोंधळते. बरेच लोक द्वेष, मत्सर यांसारख्या भावनांमध्ये जखडून घेऊन आपला अमूल्य वेळ बरबाद करतात. उदाहरणार्थ, सतत स्वतःची तुलना दुसऱ्याबरोबर करत राहणे आणि मग ते करत असताना स्वतःला खाली खाली खेचत जाणे. एक लक्षात घ्या की, विवेकानंद आपल्या व्यक्तिगत जीवनात जरी शरीरसुखापासून दूर राहिले तरी त्या एका विषयावरून त्यांनी इतर लोकांना कधी जोखले नाही. तसे तर त्यांचे अनेक शिष्य गृहस्थाश्रमात असणारे होते. विवेकानंदांच्या अनेक लोकांशी अत्यंत सहज खेळकर आणि हजरजबाबी अशा गप्पा होत असत. लोकांशी वागण्यात विवेकानंद अत्यंत मोकळ्या आणि लहान बालकागत असत. परंतु एक महत्त्वाची गोष्ट म्हणजे त्यांनी नकारात्मक भावनेला कधीही आपल्या मार्गात आडवं येऊ दिलं नाही. कारण नकारात्मकता माणसाला मोठे होऊ देत नाही.

आपण आपल्या भावनांचा आदर करावा, पण त्याचबरोबर हे लक्षात ठेवायला हवं की आपल्याला आपली जाणीव ही नेहमीच्या मानवी भावभावनांपेक्षा खूपच वरच्या पातळीवर आणि मोठी करायला हवी. आणि ज्या क्षणी आपल्याला आपल्या भावभावनांच्या मागची ऊर्जा एका शुद्ध वरच्या पातळीवर नेऊन ठेवणे जमेल तेव्हा तुम्हाला जाणवेल की तुम्ही आता अनेकानेक कार्यं पार पाडण्यासाठी सिद्ध झाला आहात. आता हे सर्व लिहिताना वाटेल की हे बोलायला फारच सोपं आहे. परंतु हे सर्व काय सांगताय की क्रोध किंवा संभोगासारख्या गोष्टींमधली एकूण ऊर्जा ही सर्जनशील कामांमध्ये वापरली जावी. तुम्ही ज्या कुठल्या स्वभावस्थितीमध्ये असाल त्यामध्ये गुंतून राहण्यापासून स्वतःला मुक्त करा. तेव्हा मग तुम्ही गूढवादानुसार एका अनुभूतीच्या, पूर्ततेच्या जवळ पोहोचाल आणि स्वतःला अधिक चांगल्या प्रकारे ओळखू लागाल.

आज जगभर जो प्रचंड हिंसाचाराचा डोंब उसळलेला दिसतो त्याच्यामुळे लोकांनी त्यांची ऊर्जा नकारात्मक भावनांमध्ये ओतली, हेच आहे. आणि तसे लोक स्वतःला तशाच नकारात्मकतेशी जोडून घेतात; हे जरी खरं असलं की आपल्यापैकी प्रत्येकालाच भीती आणि कमजोरीच्या

क्षणांचा अनुभव असतो. पण म्हणून तसल्या भावनांविषयी दुर्बल मनानं बांधलं जाणं हे अजिबातच बरोबर नाही. आपलं मन जर का कमजोर बनून त्याच नकारात्मकतेच्या वेडानं झपाटून गेलं तर त्याने आपल्या व्यक्तित्वालाच प्रचंड मर्यादा येतात.

एक लक्षात असू द्या की, यशस्वितेचं एक गुपित म्हणजे आपल्यामध्ये अत्यंत आनंददायी अशी ऊर्जा निर्माण करत राहणं. कारण तशी आनंददायी ऊर्जा ही सर्वांत जास्त शक्तिशाली असते. भगवद्गीतेमधून श्रीकृष्ण अर्जुनाला उपदेश करतात तो आनंदाने युद्धाला सामोरे जाण्याचा आणि कुठेही तणाव न बाळगण्याचा. किंवा शत्रूबद्दल मनात क्रोध किंवा क्षोभ न बाळगण्याचा. परंतु अशा स्थितीमध्ये जी नियतीने, त्याच्या प्रारब्धाने त्याला करायला भाग पाडली आहे ती निभावण्याचा. आणि तशा प्रकारे मन:स्थिती ठेवल्यावर एखादा योद्धा हा नकारात्मकता किंवा टोकाची विध्वंसक भावना न बाळगता युद्धामध्ये विजयी होत पुढे सरकू शकतो. त्यामुळे युद्धकला असो वा क्रोध असो वा संभोग, ते महत्त्वाचं नसतं. तुम्हाला अटकाव करणारे मुद्दे तेच असतात, जेव्हा त्या प्रकारच्या भावना तुम्ही तुमच्यामध्ये झिरपू देत त्यांना आपल्यावर स्वार होऊ देता किंवा कुरघोडी करू देता. खरं म्हणजे तुम्ही त्यापेक्षा कितीतरी मोठे असता. आणि जेव्हा तुम्ही त्या गोष्टींपेक्षा मोठे आहात हे मान्य करता तेव्हा तुमच्या स्वतःमधला आत्मविश्वास वाढतो.

म्हणून आत्मविश्वासाच्या आत म्हणजे यशस्वी व्यक्तिमत्त्वाच्या आणि नेत्याच्या आत काय असायला हवं- तर त्यांना हे समजणं आणि मानणं की तो कायमस्वरूपी मुक्त स्वच्छंदी जीव आहे. तुम्ही स्वतःला जसं असायला हवं तसं समजतात त्याहीपेक्षा तुम्ही खूप काही जास्त असता. तुम्ही मनाशी हे पक्कं ठरवायला हवं की तुम्ही स्वतःला कधीही दूषणं देणार नाही, शिक्षा देणार नाही. जरी तुमच्या मनात नकारात्मकता आली किंवा नैसर्गिकरीत्या काही भावना आल्या तरीही. उलट, हे मनाशी ठरवा की तुम्ही त्या विचारामागची ऊर्जा ही सर्जनशील कार्यासाठी वापराल. आपल्या समाजाची समस्या अशी की समाजाने सर्व गोष्टींची चांगल्या आणि वाईट अशा दोन भागांत विभागणी करून टाकलेली आहे. परतु आपलं बरंच आयुष्य हे दोन्हींच्या मध्ये कुठेतरी असतं. त्यामध्ये थोडा चांगुलपणाही असतो आणि थोडा वाईटपणासुद्धा. अमुक एक गोष्ट किंवा वृत्ती ही सर्वांत बरोबर किंवा अचूक असणं मानणं अशी काही विचारसरणी नसते. जीवन

हे कायमच वादग्रस्त राहिलेलं आहे. पण तेच जर तुम्ही तुमच्या आत 'स्व'मध्ये एकदम स्वच्छ-सरळ राहिलात आणि संघर्ष टाळलात तर तुम्ही तुमची क्षमता कितीतरी उत्तम पातळीवर वापरू शकता आणि म्हणूनच तुमच्यासाठी आध्यात्मिक पद्धती किती महत्त्वाची हे बघा.

खूप माणसं स्वतःच्याच भावनांशी आणि आपल्यामधल्या 'स्व'शी लढण्यात, भांडणातच खूप वेळ घालवतात. तसं केल्यामुळे ती मंडळी कमजोर बनतात आणि आपल्याच आत मनात हृदयात दुभंगतात. आणि जेव्हा तुम्ही तुमच्या स्वतःच्या आत 'स्व'मध्येच दुभंगलेले आणि शक्तिहीन बनता, प्रतिस्पर्ध्याचा सामना करण्यासाठी आवश्यक अशी ऊर्जा आपसूकच कमी झालेली दिसते. तुम्ही आणखीच कमजोर होता. आणि मग तुमच्या क्षमतेअनुसार तुम्ही जी उंची गाठायला हवी असते ती उंची तुम्ही नाही गाठू शकत. तसंच एक नेता म्हणून सहकाऱ्यांमध्येही तुम्ही एक प्रचंड ताकदवान आत्मविश्वास जागृत नाही करू शकत. परंतु दुसऱ्या बाजूने तुम्ही जर कुठल्या नकारात्मकतेला न चिकटता आणि कसलंही ढोंग न करता राहिलात तर खऱ्या अर्थानं मुक्त होऊ शकता. आणि मग तशा स्वातंत्र्यानं, मुक्ततेनं तुम्ही कुठलीही गतिशील कामं करू शकता आणि यशस्वी होऊ शकता.

प्रकरण एकोणिसावे

प्रेम हा तुमचा नैसर्गिक स्थायीभाव असू द्या

***धडा :** माणसाची जीवनामध्ये खरी क्षुधा आणि तृष्णा ही प्रेम मिळवण्याची असते. तुमच्यामधून प्रेमळ करुणा, सहानुभूती उत्सर्जित करा. यशस्वी आणि करिश्मा असणाऱ्या नेतृत्वाचं ते सर्वांत मोठे गुपित आहे.*

विवेकानंदांच्या अनेकानेक शिकवणींपैकी सर्वांत सखोल म्हणता येतील अशा शिकवणी या 'भक्तियोगा'वरच्या आहेत. प्रेम आणि भक्तीसंबंधीचे योग शिकवण्याच्या आहेत. आता प्राचीन हिंदू समजुतीनुसार प्रेम ही एक अत्यंत नैसर्गिक स्थिती आणि तरीपण फारशी कधी वापरलेली न गेलेली स्थिती आहे. बरीच मंडळी आपण करत असलेल्या कामांमध्ये किंवा नात्यांमध्ये प्रेमरूपी ऊर्जा आणत नाहीत. आणि म्हणून बऱ्याच मंडळींना शक्तिहीन असल्यागत, निरुत्साही शुष्क वाटतं. त्या मंडळींनी जितकं उत्साही वेगवान असायला हवं तितकं उत्साही आणि जोशपूर्ण असल्याचे त्यांना वाटत नाही. तुम्ही हाती घेतलेल्या कार्यात आणि सर्वत्रच प्रेम हे ग्रहणक्षम आणि हळवं असायला लागतं. आणि तीच खरी मानवी उत्क्रांती. आपल्या स्वतःच्या अत्यंत कुशाग्र बुद्धिमत्तेच्या पुढे जाऊन आणि वेदान्ताच्या, तत्त्वज्ञानाच्या गाढ्या अभ्यासकाच्या पल्याड जाऊन विवेकानंद हे अतिशय मृदू अंतःकरणाचे म्हणून प्रसिद्ध होते. किंबहुना, ते प्रसंगी हळवे होत अश्रू टाळणारे आणि त्यांच्यामधले अपार करुणेने आणि

प्रेमाने इतरांसाठी रडणारेही होते. असं म्हणू की, विवेकानंद हे एक प्रकारचे मानवी डायनोमा (विद्युत जनित्र) होते. ज्याचा पाया प्रेम होता आणि म्हणून ते अनेक वेदान्ताच्या गुरूंसाठी पारलौकिक किंवा अनुभवातीत होते. ते कधीही पाषाणहृदयी किंवा कठोर नव्हते. ते नेहमी म्हणत की जगासाठी भले वेदान्ताचे पुरुष होते. परंतु ते स्वतःच्या आत मात्र प्रेममय, भक्तिमय होते. आणि कदाचित त्याचमुळे त्यांच्या आतमध्ये ती प्रचंड ऊर्जा होती व ते लोकांना जीवनाच्या एका सर्वस्वी नवी दृष्टी देणाऱ्या मार्गाकडे नेणारे नेता होते. यामधून आपण शिकण्यासारखं हेच की आपण प्रेमाला आपल्या कार्यात जास्तीतजास्त झिरपू द्यायचं. आपल्या 'स्व'मध्येसुद्धा व तसेच झालं की आपलं काम हीच आपली पूजा बनेल, आराधना बनेल. आपल्या सर्व नात्यांमध्ये कृतज्ञता येईल. नाती अर्थपूर्ण बनतील आणि आपण जगामध्ये काही मौल्यवान गोष्टींची भर घालू. सरतेशेवटी, सर्व अर्थपूर्ण नात्यांमध्ये एकमेकांप्रति आदर असायला लागतो, जिव्हाळा असावा लागतो, मैत्री असावी लागते. पण ते तेव्हाच शक्य होतं जेव्हा आपल्यात अंत:करणापासून प्रेम असतं. कारण ते सर्व क्षणिक प्रश्नांना ओलांडून पुढे जातं.

ज्या नेत्याला लोकांप्रति मनापासून प्रचंड प्रेम असतं तोच महान नेता असतो. आणि हे तत्त्व सर्वच गोष्टींना लागू पडतं. आपल्याला जर मूल्य पाळणारा आणि मोठ्या यशाकडे वाटचाल करणारा सच्चा माणूस व्हायचं असेल तर आपण आपल्या आध्यात्मिक अस्तित्वाद्वारे 'स्व'मधून वाहणारे प्रेम जिवंत करत समोर आणायला हवं. तसं केल्याने आपली स्वतःची प्रतिमासुद्धा सुधारेल आणि तेवढेच नाही, तर आपण आपल्या कामांमध्ये जास्तीतजास्त भावना आणि आवड ओतू शकू. तसं केल्यावर आपलं काम नि:संशय आणखी सर्जनशील होत जाईल. त्यामुळे आपल्या कामाच्या सर्जनशील पाठपुराव्याच्या मुळाशी प्रेम असेल. हे फक्त संगीतासारख्या कलात्मक निर्मितीमध्येच नसेल, तर ते वैज्ञानिक, आर्थिक वगैरे कुठल्याही क्षेत्रात असेल– ज्यामध्ये आपल्याला खूप सकारात्मक निकाल अपेक्षित असतील.

प्रेम काय करतं? प्रेम उत्स्फूर्तपणे शांततेची भावना आणतं. लोकांच्या मनात जगाच्या सर्व प्रश्नांच्या मुळाशी प्रेमाचा अभाव हेच कारण आहे. म्हणून तर समाजामध्ये सेवाभाव हा फारसा वापरला जाताना दिसत नाही. लोक शक्य होईल तितकं प्रेम करतच नाहीत. स्वतःवर आणि जगावर म्हणून

प्रत्येकाने आपल्या मनात हृदयाच्या तळाशी तो जिव्हाळा अनुभवण्याची गरज आहे. तो जिव्हाळा, ते प्रेम तुम्ही ज्या कुठल्या गोष्टीचा पाठपुरावा करत असाल त्यासाठी असायला हवं तरच त्यात जिवंतपणा येईल; तरच त्यात असोशी असेल.

आपल्या कामात सर्वोत्तम गुणवत्ता आणण्याचे आपल्याला वेड हवं असेल, झपाटलेपण हवं असेल तर त्यासाठी आधी आपल्याला नक्की काय मिळवायचे त्याप्रति आणि आपल्या आयुष्याप्रति ते झपाटलेपण हवं. कुठल्याही करिअरसाठी किंवा विशिष्ट गोष्टीचा ध्येयाचा पाठपुरावा करण्यासाठी ते वेड हवंच. मग तुम्ही डॉक्टर असा, शिक्षक असा, गणितज्ञ असा, वैज्ञानिक असा, व्यावसायिक असा किंवा इंजिनिअर असा. कामाप्रति जबरदस्त प्रेम असलं की ते तुम्हाला दैवी इच्छेशी जोडतंच!

अशी कल्पना करा की, तुम्ही जे कुठलं काम हाती घ्याल त्यात जास्तीतजास्त प्रेम ओतण्याची क्षमता बाळगून आहात ते प्रेम दिसू द्या लोकांना. मग तुम्हाला दिसेल की लोक उत्स्फूर्तपणे तुमच्याकडे आकर्षित होत आहेत. आपण लोकांकडे जी कंपनं पाठवतो ती आपल्या करिश्मा आणि क्षमता यांमध्ये प्रतिबिंबित होतात. एखादा माणूस खोलीत प्रवेश करताक्षणी खोलीतली माणसं त्याच्याकडे आकर्षित होतात, कारण तो माणूस एक प्रकारचा प्रेम, जिव्हाळा, उबदारपणा एक छान भावना उत्सर्जित करत असतो.

या सगळ्याच्या मुळाशी आपण आपल्या कृतीमध्ये जी अथांग भावना ओतण्याची क्षमता बाळगतो ती असते. आणि कुठल्याही समस्येवर तोडगा किंवा उत्तर हे प्रेमभावनेच्या आविष्कारातून मिळतं. उत्सर्जित होणाऱ्या प्रेमातून इतरांसाठी एक आश्वासक आधाराची मदतीची स्थिती निर्माण होते. आणि मग तशा माणसाकडे एक आश्वासक चेहरा म्हणून बघायला सुरुवात होते. त्यामुळे त्याला स्वतःला आतमधून 'स्व'वर सुरेख उपचार झाल्याची अनुभूती होते. आणि बाकीच्यांना विचार आणि मूल्यांनी एकत्र आणलं जातं. गूढवादाच्या आणि अध्यात्माच्या दृष्टिकोनातून विचार करता आपलं स्वच्छ स्थान किंवा आत्म्याचे केंद्र शोधायचं म्हटलं तर ते प्रेम भावनेत पूर्ण बुडल्याशिवाय साध्य होणे शक्य नसतं. कारण तसं केलं तरच आपल्या आयुष्याचा खरा खोल अर्थ शोधता येतो. जगातल्या बहुतेक गूढवाद्यांचं हेच म्हणणं आहे, माणसांमध्ये प्रेमाचा आवेग हा कालातीत आणि अनंत असतो.

तो आपल्या मनाला स्वच्छंदीपणे फिरवतो. तो आपल्याला जाणिवेपासून दूर नेण्याऐवजी उलट जवळ आणतो. आणि अशा प्रकारे निसर्गाच्या व जगाच्या जवळ येत गेल्यावर आपला आत्मविश्वास बळावतो. कारण आपल्याला वाटायला लागतं की प्रत्येक गोष्टीत मूल्यं आहेत. मग आपण आसपासच्या लोकांची आणि आपल्यातल्या 'स्व'शी सखोल संवाद सुरू करतो. त्याने आपल्याला एक निवांत मोकळेपणाचा अनुभव येतो ते म्हणजे सर्जनशीलतेने प्रभावित होणे. त्याचा अनुभव आपण घेतो आणि संपूर्ण समाधानाच्या मुळाशी ती भावना असते.

प्रकरण विसावे

जणू तुम्ही शेवटचा क्षण जगताय असं समजून जगा

धडा : *ज्या मुख्य आध्यात्मिक तत्त्वावर विवेकानंदांनी कायम जोर दिला ते तत्त्व म्हणजे, 'जणू तुम्ही शेवटचा क्षण जगताय असं समजून जगा'. विवेकानंदांच्या मते हे सर्व प्रकारच्या उत्कृष्टतेच्या मुळाशी हेच तत्त्व आहे. पूर्ण श्रद्धेने हा धडा गिरवा, आत्मसात करा, या तत्त्वाला तुमच्या वैयक्तिक आयुष्याचा आणि नेतृत्वशैलीचा भाग बनवा.*

विवेकानंद कायमच लोकांना सल्ला देत असत की, तुम्ही प्रत्येक क्षण जगताना याचं भान ठेवा की मृत्यू कोणालाही कधीही गाठू शकतो. म्हणून आपण प्रत्येक क्षणाचा पुरेपूर उपभोग घ्यायला हवा. आपल्याकडे जितका वेळ हातात असेल त्या वेळेत आणि अशा तीव्र महत्त्वाच्या आणि आध्यात्मिकदृष्ट्या साबित झालेल्या तत्त्वानुसार जगणं. यामुळे आपली सुप्त क्षमता जागृत होते आणि पूर्णतः प्रकट होते.

अलीकडच्या काळात स्टॅनफर्ड युनिव्हर्सिटीच्या विद्यार्थ्यांसमोर भाषण देताना ॲपल कंपनीचा सर्वेसर्वा स्टीव्ह जॉब्सने हीच आध्यात्मिक शिकवण सुरेख प्रकारे पुन्हा एकवार मांडली. त्याच्यामध्ये कुठल्याही क्षेत्रातल्या सर्वोत्कृष्ट कामगिरीच्या मुळाशी हेच तत्त्व असतं. आपलं पृथ्वीवरच

अस्तित्व कायमस्वरूपी नाही, ते मर्यादित आहे, ही जाणीव आपल्याला योग्य तो इशारा देत आपल्याला आयुष्यात दिशा देतं आणि एकाग्रही करतो.

'आपल्याकडे ऋतू येण्याआधी भरपूर वेळ आहे', ही माणसाची भ्रामक समजूत. माणसाची माया. परंतु अध्यात्माचा अभ्यास करणाऱ्या माणसाला ज्ञात असतं की आपलं जीवन हे क्षणभंगुर आहे. ते फार त्वरेने पळत असतं. तुम्हाला जर तुमच्या ऊर्जेची परिपूर्णता अनुभवायची असेल तर त्यासाठी वेळ फार थोडा आहे. आपल्याला त्वरा करायला हवी आणि ते महत्त्व समजलं की गतिशीलता समजते.

विवेकानंद हे अल्पायुषी होते. खरं म्हणजे त्यांनी स्वतःच भविष्य वर्तवलं होतं की, त्यांना चाळिशी गाठण्याआधी मृत्यू गाठेल. आणि अगदी तसंच घडलं. ते मरण पावले तेव्हा चाळिशीसुद्धा गाठली नव्हती. आपले कार्य त्वरेने संपवायला हवे ह्या कल्पनेने ते आपले आयुष्य जगले. आपली संपूर्ण ऊर्जा एखाद्या लेसरच्या ताकदीसारखी एकवटून, आपल्याला जे उद्दिष्ट साधायचं आहे, त्यासाठी ती ऊर्जा कामाला जुंपण्यासाठी त्यांचा तो एकमेव मार्ग होता.

आपण जगत असलेल्या प्रत्येक क्षणामध्ये प्रचंड उत्कटता आणि ऊर्जा भरणं होतं, कारण त्यामुळेच अंतर्ज्ञान मिळू शकत होतं. त्यानंतर आपल्यामधल्या आंतरिक खोलीमधल्या जाणिवांना आणि ऊर्जेला सुसूत्रपणे एकत्र करणं होतं. मानवाच्या संपूर्ण इतिहासात, धर्माबाबतची समस्या म्हणजे – धर्म मानवाला मृत्यूपश्चात जीवन, स्वर्ग, पुनर्जन्म ह्यांवर भुलवत ठेवतो. त्यामुळे मानवाच्या जाणिवांवर बंधनं येतात; कारण जगण्याचा एकमेव मार्ग म्हणजे हाती असलेल्या क्षणामध्ये शक्य होईल तितक्या जाणिवा शोषून घेऊन त्या व्यक्त करणे. आपल्या आतल्या आणि बाहेरच्या वाढीसाठी त्याहून चांगला मार्ग नसतो – काय करायला हवं होतं त्या क्षणात हे समजण्यापेक्षा आपल्यातल्या गुणवत्तेला जागृत करण्यासाठीचा तो सर्वोत्तम मार्ग आहे. कारण जगण्यासाठी क्षणिक जाणिवांचे प्रकटीकरण आणि त्याचबरोबर शोषण ही महत्त्वाचं क्षणांमध्ये जे काही करण्याजोगं करण्यासारखं असेल तेथे करावे. यासारखा आपल्या आंतरिक आणि बाह्य प्रगतीचा मार्ग नाही. आपल्यामधल्या गुणवत्तेला जागृत करण्यासाठी तो सर्वोत्तम मार्ग आहे.

जागे व्हा आणि चालू क्षणांमध्ये तुमच्या मनाचा सुस्पष्टपणा केंद्रित करा. एक फार मनोरंजक गोष्ट म्हणजे तुम्ही जर प्रत्येक क्षणी मृत्यूची भीती

पार करू शकलात तर तुम्ही तुमचं आयुष्य अत्यंत आनंदात आणि सुखात जगू शकाल. तुम्ही तुमच्या जीवनाचा जास्तीतजास्त उपभोग घेऊ शकाल. तुम्ही सर्व गोष्टी उद्यावर ढकलता कामा नये. उलट, तुम्ही तुमची ऊर्जा सशक्तपणे आणि पूर्णत्वाने वापरायला हवी. आणि ते करत असताना तुमच्या कृतीमधून तुमचं खरं स्वरूप तुमचं स्वच्छ रूप प्रतिबिंबित होऊ द्यावं.

तुमच्या समोर उभ्या ठाकलेल्या परिस्थितीच्या डोळ्याला डोळे भिडून बघता यायला हवं. आणि त्यामध्ये सतर्कता हवी. ज्यामुळे तुमच्या जाणिवेतली चिंता आणि भीती लोप पावेल तीच खरी गतिशीलता आणि निढळता. अन्यथा, आपण आयुष्यातल्या त्याच त्याच प्रसंगाची पुनरावृत्ती करू. जे काल केलं तेच आज करू. जेव्हा आपण समजून घेऊ की आयुष्य म्हणजे उंच दोरीवर तोल सांभाळत चालण्याचा खेळ आहे, प्रत्येक क्षणाला तो तोल सांभाळावा लागणार आहे, तेव्हाच आपण आपल्यामधली खरी क्षमता ओळखू शकू.

सरतेशेवटी, जगण्यातली जिजीविषू वृत्तीतली तीव्रता महत्त्वाची! ना की पृथ्वीतलावर आपण घालवलेला वेळ आणि म्हणूनच आपण आपली ऊर्जा इतकी प्रदीप्त करायला हवी की कुठल्याही परिस्थितीला आणि प्रसंगाला आपण भेटण्याची हिंमत दाखवू शकू. तुम्ही बहुधा पाहिलंच असेल की ज्या लोकांना तेजस्वी व्यक्तिमत्त्व लाभलेलं असतं असे लोक कितीही खतरनाक परिस्थिती असली तरी निडरपणे निर्भयपणे सामोरे जातात. आपण सर्व जण तशा पैलूंचा आदर करत असतो आणि एखाद्या झुंझार योद्ध्याचा तोच अलिखित नियम आणि जगण्याची पद्धत असते.

एका जपानी सामुराईने म्हटल्यानुसार आपल्या आयुष्याचा संपूर्ण पट म्हणजे एक वैभवशाली मृत्यूच्या दिशेने वाटचाल तुम्ही किती काळ वर्षे जगता, यापेक्षा कसं कशा प्रकारे जगता हे महत्त्वाचं! गूढवादाच्या तत्त्वानुसार तीच सर्वांत अंतिम आणि सखोल अर्थपूर्ण शिकवण. कारण त्यामुळेच तुम्हाला जे त्या क्षणी मिळालेलं असतं, आयुष्यात त्याबद्दल तुम्ही कृतज्ञ राहता. अन्यथा, तुम्ही कायम तक्रारीचा सूर लावत जगता. तुम्ही एक तर मागे मागे जाता किंवा पुढे जाता. मागे म्हणजे भूतकाळात रमता किंवा मग भविष्याकडे वाटचाल करता. त्या वेळी तुम्ही तुमच्या पूर्णत्वाने काम नाही करू शकत. कारण तुमचं मन भूतकाळ आणि भविष्यकाळ यांमध्ये विभागलं गेलेलं असतं.

खरं पाहता आपण आयुष्यात मिळालेल्या गोष्टींबद्दल दाद द्यायची तर आपण आपल्या मनाच्या आणि अंत:करणाच्या मोकळेपणानं आपलं दैव घडवायचं आणि ते मृत्यू अटळ असतो हे सत्य मान्य करतं. कारण तो महान शिक्षक असतो आणि हा झाला योद्ध्याचा मार्ग. आणि त्या मार्गाने जाताना मग मृत्यूची भीती उरत नाही. खऱ्या ताकदीचे तेच गुपित असतं. आणि हे समजून घेतलं की तुम्ही स्वतःला पूर्णपणे बदलून अशी परिस्थिती निर्माण करता जिथे तुमचं जीवन आणि कार्य हे सर्वोच्च पातळीला जातं.

पूर्णत्वाने किंवा संपूर्णपणे जगणं यासाठी चालू वर्तमानावर संपूर्ण लक्ष केंद्रित ठेवावं लागतं. खऱ्या हाडाच्या नेत्याला हे पक्क ठाऊक असतं. आपलं आयुष्य अतिशय उत्कृष्ट पद्धतीने जगण्याची संधीही वर्तमानात मिळत असते, भविष्यात नव्हे. ते म्हणजे महत्त्वाचं ते उद्यावर ढकलणं झालं. आपल्या जागृत अवस्थेच्या नेहमीच्या सर्वसाधारण अवस्थेला तुमच्यावर हुकमत गाजवू देऊ नका. कारण त्यात कदाचित भविष्याचे आशावादी भास असू शकतील. त्यापेक्षा हे समजून उमजून चाला की आता चालू क्षणी तुमच्या जवळ जे काही आहे तेच खरं. तुम्हाला ते कदाचित पुन्हा तसंच कधी अनुभवायला मिळणार नाही. प्राचीन धर्मामध्ये पुनरुत्थान (मृत्यूनंतर पुन्हा उठणे) हे एक रूपक वापरलेले दिसतं. आणि हे रूपक वेदान्तांमध्ये आहे, ख्रिश्चन धर्मात आहे, बौद्ध धर्मात आहे वगैरे. त्या रूपकाचा अर्थ असा घ्यायचा की मृत्यूचे बळ संपवणे आणि त्याचाच अर्थ असा की चालू वर्तमान क्षण पूर्ण धैर्य एकवटून जगणे. तेही इतकं धैर्य की तुम्हालाच वाटावं की आता कोणीही तुम्हाला रोखू शकत नाही म्हणून.

स्वामी विवेकानंद ह्या गूढ संन्यासी योद्ध्याप्रमाणे होण्याचा प्रयत्न करा. पूर्णत: निर्भय, निडर आणि चालू क्षणात घट्ट पाय रोवून उभा असणारा. तर मग तुम्हीसुद्धा तुम्हाला सामोरे येणाऱ्या कशालाही अतिशय ताज्या दमाने प्रतिसाद प्रतिक्रिया देण्याची कृती करू शकाल. जे लोक अशा ताज्या दमाने आयुष्याला समोर येणाऱ्या परिस्थितीला तोंड देतात ते हाती घेतलेल्या कामात मौलिक योगदान देऊ शकतात. ती मंडळी उत्स्फूर्तपणे मोठ्या यशाच्या दिशेने, मोठ्या उत्पादकतेच्या दिशेने, उत्कृष्ट गुणवत्तेच्या दिशेने दिमाखात वाटचाल करतात.

प्रकरण एकविसावे

आंतरिक जाणीव (अंतर्ज्ञान) म्हणजे वैश्विक ऊर्जेशी जोडलं जाणं

__धडा :__ स्वामी विवेकानंद हे महान अंतर्ज्ञानी होते. जे अत्यंत सहजरीत्या अध्यात्म आणि बुद्धिमत्तेची सांगड घालू शकत होते. म्हणूनच त्यांनी दिलेले विचार हे कालातीत आणि कायमस्वरूपी टिकणारे आहेत. मोठमोठे नेते आणि थोर यशस्वी माणसंही केवळ बुद्धिमत्तेवर अवलंबून राहत नाहीत. ते तिला त्यांच्या अंतर्ज्ञानाच्या ताकदीची जोड देतात.

अंतर्ज्ञानीपणा हा यशस्वी नेते आणि इतर लोक यांना वेगळे काढू शकणारा महत्त्वाचा निकष ठरू शकतो. अंतर्ज्ञान या गोष्टींबद्दल आपल्या मनात स्वच्छ स्पष्ट प्रतिमा आणि ज्ञान निर्माण करतो. थोर महान नेते त्यांनाच म्हणता येतं जे त्यांच्यामधल्या अंतर्ज्ञानाच्या क्षमतेचा अगदी पुरेपूर वापर करून घेतात. विवेकानंदांच्या मते, अंतर्ज्ञान हा केवळ आध्यात्मिक गुण नाही जो माणसाला उच्च प्रतीची जागृती किंवा जाणीव देत असतो. तर अंतर्ज्ञान हे कार्यपद्धतीचाही एक महत्त्वाचा घटक असतं. जी समोर उद्भवलेली परिस्थिती असते. त्या संदर्भात विवेकानंदांच्या जीवनात असे अगणित प्रसंग आहेत जेव्हा त्यांनी त्यांचं अंतर्ज्ञान हे उच्च स्तरावर वापरलं. एकदा एका विद्वानाने त्यांना एक पुस्तक वाचायला दिलं आणि नंतर काही काळानंतर

त्याने विवेकानंदांना त्या पुस्तकासंबंधी प्रश्न विचारले. तेव्हा तो विद्वान आश्चर्यचकित झाला; कारण विवेकानंदांनी वाचलेल्या सर्व परिच्छेदावरच्या प्रश्नांची अचूक उत्तरं दिली होती. अशी अद्भुत जबरदस्त अंतर्ज्ञानाची क्षमता होती विवेकानंदांची. खरं म्हणजे आपल्या प्रत्येकाजवळच अशी अंतर्ज्ञानाची क्षमता असते. प्रश्न इतकाच की आपल्याला ती कशी कळावी आणि आपण तिचा अगदी छोट्या प्रमाणात का होईना पण वापर कसा करावा.

अंतर्ज्ञानाचं काय गुपित असतं? गूढवादाच्या दृष्टिकोनातून सांगायचं तर आपण आपलं मन पूर्णतः मोकळं करू शकलो आपल्या अस्तित्वासंदर्भात, तर आपली अंतर्ज्ञानाची क्षमता जागृत होऊ शकते. अशा मनाला मोकळे करण्याच्या कृतीमुळे आपण बहुतांशी गोष्टी अधिक खोलवर समजून घेऊ शकतो. खरं म्हणजे आध्यात्मिक समज असण्याचा हाच तर पाया आहे. अशी सर्व मंडळी ज्यांची उच्च पातळीवरची जाणीव जागृत झाली आहे त्यांना मेंदूच्या तुटपुंज्या क्षमतेचं कुंपण तोडता आलं आहे, अशी मंडळी अंतर्ज्ञानाच्या क्षेत्रात प्रवेश करती झाली आहेत; जिथे सर्वोच्च वास्तव वस्तीला येऊन राहत असतं.

आता या सर्व गोष्टींवरून समजून येतं की जिला आपण बुद्धिमत्ता मानतो ती म्हणजे केवळ ज्ञान गोळा करणे नव्हे. ती खरं म्हणजे वैश्विक ज्ञानाला गंभीरपणे ऐकत समजून घेणे. आणि मग त्यानुसार आपलं काम करणं हे ऐकायला जरा संदिग्ध वाटलं तरी त्यामागे भूमिका अशी की आपल्यामध्ये एक अशी विशिष्ट गोष्ट असते जी कालातीत आणि अमर अशा जाणिवेपासून बनलेली आहे. आणि एकदा का आपल्या आत हा वैश्विक घटक रुजला, अंकुरला की मग आपणही सामान्य माणसांच्या साधारण जाणिवेच्या पल्याड बघू शकतो.

ऊर्जा ही अनंत प्रकारे, अनंत दिशांना फिरू शकते, हे नीट समजून घेणे हे एक आव्हान आहे! आपल्या समोर जे सत्य उभं राहतं त्यातला आपल्या मानवी ज्ञानानुसार आणि आकलनानुसार फारच थोडा भाग असतो. आता याचा संबंध भौतिक जीवनातल्या यशाशी कसा जोडायचा? एक यशस्वी माणूस या नात्याने त्याचा कुठेतरी खोलवर अनुनाद असतोच. कारण कुठेतरी असं ध्वनित होतं की आपल्याला आपल्या आपल्या अनंत क्षमतेमधून काही उचलण्यासाठी आपल्या जाणिवेचा उद्रेक होणं कुठेतरी गरजेचं ठरतं. म्हणून ते असेही सुचवतात की, आपण आपल्या मिळवलेल्या

ज्ञानानुसार नव्हे तर आपल्या 'स्व'मधून प्रतीत झालेल्या साक्षात्कारातून मिळणाऱ्या ज्ञानानुसार काम करायचं असतं. थोडक्यात म्हणजे आपल्या मूलभूत अंत:प्रेरणेनुसार आपल्या 'स्व'च्या दिशादर्शनानुसार काम करायचं असतं. जेव्हा आपण तसे काम करायला लागू तेव्हा आपलं वैश्विक अंतर्ज्ञान काम करायला सुरुवात करतं.

अंतर्ज्ञान सूचित करतं की आपल्या जीवनाच्या खोलवरच्या सत्याबद्दल जागरूक असणे. परंतु आपली अंतर्ज्ञानाची शक्ती जर जागृत करायची असेल तर आपण आपल्या मनातली चिंता आणि भीती यांना शक्य तितकं दूर ठेवणं जरुरी आहे. म्हणजेच जेव्हा आपण चिंता आणि भीती दूर सारू तेव्हा आपली अंतर्ज्ञानाची शक्ती जोमानं काम करू लागते. त्या वेळी आपली बुद्धी म्हणजे आपल्या अंतर्ज्ञानाचे जणू मंदिरच बनते. आणि मग अशा वेळी आपण अनेक थोर उच्च गोष्टींवर मनन चिंतन करू शकतो.

आता, सगळेच नेते हे काही अंतर्ज्ञानी नसतात. परंतु, खऱ्या अर्थाने सकारात्मक असणारे नेते मात्र हे मनातून जाणत असतात त्यांच्या कामामधून दिसणाऱ्या गुणवत्तेसंबंधीचं अंतर्ज्ञान. कारण त्यांचे विचार आणि कृती हे कुठेही परस्पराविरोधी नसतात. ती मंडळी एखाद्या द्रष्ट्या ऋषीसारख्या ताकदीचं प्रगटीकरण करू शकतात. आता यामागे विचार असा आहे की, आपण अशी व्यक्ती बनायला हवं जिच्या बाह्य हालचाली आणि हावभावामागचा कार्यकारण भाव तिच्या अंतर्मनात तसाच सुरू असेल. आणि तसं असणं म्हणजेच विचार आणि कृतीमध्ये एकत्रीकरण असणं आणि ते केंद्रित असणं. तुम्ही त्यापलीकडे कुठल्या गोष्टीबद्दल चिंता करत नसणं. तुम्ही अशा आकलनाप्रत येणं की तुम्ही तुम्हाला वैयक्तिकरीत्या जितकं जमेल तितकं तुम्ही 'जगाच्या कल्याणा'चे काम करत असणार आहात.

आपण सारे जण आपापलं छुपं उद्दिष्ट घेऊन असतो. परंतु आपण वरकरणी करत असणाऱ्या ढोंगामुळे आपण गोष्टी गुंतागुंतीच्या बनवतो. त्यामुळे आपल्याला आयुष्यात नक्की काय मिळवायचे आहे त्यासाठीचा धाडसी मार्ग विसरतो. आपण काही गोष्टी करण्याचे सरधोपट मार्ग सोडून दिले पाहिजेत. आपण आपल्या लहानपणापासूनच्या जडणघडणीतून झालेले संस्कार किंवा मनावर लादल्या गेलेल्या काही गोष्टी, समजुती विसरून काम करायला हवं. इतक्या वर्षांच्या वाटचालीत आपण शैक्षणिक आणि सामाजिक जीवनात ज्या गोष्टी आपल्यावर बिंबवल्या गेल्या असतात.

त्याबद्दलची भीती आपण विसरायला हवी तरच आपल्यामध्ये अंतर्ज्ञान जागृत करण्याची क्षमता येईल आणि त्याबाबत धैर्यही एकवटता येईल.

सरतेशेवटी, विवेकानंद हे ज्या गोष्टी विनातक्रार मान्य केल्या गेल्यात किंवा 'जैसे थे' म्हणून स्वीकारल्या गेल्यात त्याविरुद्ध उभे राहणारे क्रांतिकारी होते. मानवी संस्कृतीमध्ये जेव्हा प्रचंड उलाढाली होत होत्या, नवनवे शोध लागत होते अशा काळात साक्षी असणाऱ्यांच्या ज्ञानाला विवेकानंदांनी आव्हान दिलं होतं. विवेकानंद हे एक प्रकारे समोरच्या ठाशीव समजुतींमध्ये व्यत्यय आणणारे होते. कारण त्यांनी तर तेव्हा सांगितलं होतं की प्राचीन ऋषींचे तंत्रज्ञान आणि आधुनिक विज्ञान हे एकमेकांना जोडून असतात, संयोग करून असतात. म्हणून जेव्हा एखाद्याला अंतर्ज्ञान वापरताना आपण बघतो तेव्हा तो असा व्यक्ती आणणारा कोणी विचारी नेता असू शकतो आणि सर्व नेत्यांनी तसेच बनवण्याचा प्रयत्न करायला हवा. वैचारिक नेतृत्व हे वर्तमान आणि भविष्याचं नेतृत्व असतं. परंतु ते अंगी बाणवण्यासाठी अंतर्ज्ञान आणि मिळवलेले ज्ञान दोन्हींची एकत्रित बांधणी लागते.

सरतेशेवटी, अंतर्ज्ञानाची क्षमता तुमची जगाविषयीची धारणा पार बदलून टाकण्याचं सूचित करते. आणि ते घडतं तेव्हा, तुम्ही जेव्हा गूढ, आश्चर्यकारक अशा आयुष्याची बाजू आणि तुमचं 'स्व'समजून मान्य केल्यानंतर. त्याने तुमचं विचारांचे क्षेत्र विस्तारतं. तुमचं मन मुक्त होतं. तुमच्या सुप्त क्षमता जागृत होतात. आजच्या आधुनिक जगात सामाजिक परिस्थिती, राजकारण आणि इतर व्यत्ययांमुळे आपल्या बुद्धिमत्तेची सतत हानी होत असते. आपण जर विचार केला आणि समाजाचा आपल्यावर होत असणारं मानसिक ओझं झुगारून द्यायचं ठरवलं तर आपल्याला जाणवेल की आपल्याकडेही अंतर्ज्ञान वापरण्याची क्षमता आहे. अन्यथा, आपण तसेच कृत्रिम पद्धतीचे जीवन जगत राहू.

आपणच आपल्या मनावर एक विशिष्ट भडिमार करत आपली मानसिक अवस्था विचित्र करून ठेवलेली असते. पण आपण अशी एक स्थिती निर्माण करायची की आपण तसल्या विचित्र मानसिकतेमधून बाहेर पडू. तरच आपल्यामधली अंतर्ज्ञानाची शक्ती जागृत होईल आणि आपल्याला जीवनामधल्या उच्च जाणिवेची समज येईल. तसं केल्यावर आपण केवळ आंतरिक तृप्ती मिळवू. इतकंच नव्हे तर आपण ज्या समाजात आणि ज्या माणसांमध्ये राहतो, त्यांच्या प्रति अतिशय सकारात्मक योगदान देऊ शकू.

आणि आपल्या भोवतालावर चांगला प्रभाव टाकू शकू. आपण निष्क्रिय राहण्यापेक्षा आपल्या आत 'स्व'पासूनच सक्रिय होऊ आणि त्यामुळे आपण प्रत्येक लढाई जिंकू शकू, अशी स्वतःबद्दलची प्रतिमा तयार करू शकू. अंतर्ज्ञानाची क्षमताही कालातीत आहे आणि अफाट आहे. ती आपल्यामधली पूर्ण क्षमता बंधमुक्त करून आपले सर्व आंतरिक संघर्ष सोडवू शकते. ज्यामुळे आपण एक अंतर्गत विजय प्राप्त करू शकतो. जिथे अंतर्गत विजय असतो तिथे अर्थातच बाह्य जगातही विजय मिळतो. आणि असे आंतरिक व बाह्य विजय खऱ्या परिपूर्ण उत्क्रांत गतिशील नेत्याची ओळख ठरतात आणि अशाच लोकांबद्दल विवेकानंदांच्या मनात विश्वास होता.

प्रणय हे प्रख्यात गूढवादी, कुशल वक्ते आणि सिद्धहस्त लेखक आहेत. त्यांनी आपलं आयुष्य आध्यात्मिकतेचा गहन शोध घेण्यासाठी समर्पित केलं आहे. मानवी अनुभवांची सखोल समज आणि व्यक्तिगत विकास यांच्यासाठी अतूट वचनबद्धता असलेल्या प्रणय यांनी अनेक पुस्तकांचं लिखाण केलं आहे. ही पुस्तकं आध्यात्मिकतेच्या क्षेत्रात वाचकांना नवीन दृष्टी प्रदान करतात.

प्रणय यांच्या प्रमुख योगदानांपैकी एक आहे, 'नेतृत्व आणि यशासाठी प्रगत आध्यात्मिकता' नावाची मॉड्यूलची त्यांची अपूर्व शृंखला. त्यांच्या परिवर्तन घडवणाऱ्या पॉवर टॉक्स आणि मिस्टिक टॉक्सनी सर्व क्षेत्रांतील लोकांना प्रेरणा दिली, तसंच त्यांना सक्षमही बनवलं. प्रणय यांच्या या असाधारण क्षमतेमुळे त्यांनी आंतरराष्ट्रीय स्तरावर ख्याती प्राप्त केली आहे. प्रणय यांचा अनोखा दृष्टिकोन, समकालीन अंतर्दृष्टी आणि प्राचीन ज्ञान यांची सांगड घालणारा आहे. हा दृष्टिकोन नेतृत्वाच्या गुणांना अंगीकारून आध्यात्मिक पूर्णत्व प्राप्त करण्यासाठी एक स्वरूप प्रदान करतो. ते आपल्याला उल्लेखनीय यशाच्या दिशेने घेऊन जातं.

प्रणय आणि त्यांच्या परिवर्तनकारी ज्ञानासंबंधी अधिक जाणून घेण्यासाठी, त्यांच्या pranay.org या अधिकृत वेबसाईटवर संपर्क साधा.